MẬT PHÁP LỄ CÚNG DƯỜNG ĐỨC PHẬT LỤC ĐỘ MẪU

THE GREEN TARA PUJA

PRIÈRES AU BOUDDHA TARA VERTE

PHẬT LỊCH 2563 / 2019

༄༅། །རྗེ་བཙུན་སྒྲོལ་མའི་མཆོད་བསྟོད་མདོར་བསྡུས་བཞུགས་སོ། །

MẬT PHÁP LỄ CÚNG DƯỜNG ĐỨC PHẬT LỤC ĐỘ MẪU
THE GREEN TARA PUJA
PRIÈRES AU BOUDDHA TARA VERTE

Soạn và dịch: Prepared&translated by: Préparé&traduit par:
SERA MEY KHEN RINPOCHE LOBSANG JAMYANG
LAMA NGAWANG SAMTEN (KHÔNG QUÁN)

Ấn bản lần thứ năm 2021.

Thành phần ban dịch kinh sách do Trung Tâm Văn Thù Sư Lợi tại Longueuil, Québec, Canada như sau:
- Tạng ngữ do Sư Trưởng Sera Mey Khen Rinpoche Lobsang Jamyang và Geshe Norbu Phuntsok.
- Việt ngữ do Lama Ngawang Samten.
- Bản dịch Anh ngữ một phần đã được trích từ các phiên dịch của Lama Thupten Zopa Rinpoche (FPMT) và do Kristyna Paknys, Pháp ngữ một phần đã xuất bản trước trên mạng (không rõ tác giả), một phần do Sonam Nyima Chân Giác.
- Sửa lỗi chính tả do Chân Thanh.

Hình bìa và hình 21 vị Hoá Thân Phật Độ Mẫu xin được từ trang nhà của mạng http://www.dharma-media.org.

Fifth Edition 2021.

Composition of the translation group from Manjushri Center, Longueuil, Quebec, Canada:
- Tibetan scriptures by the following monks: Sera Mey Khen Rinpoche Lobsang Jamyang and Geshe Norbu Phuntsok.
- Vietnamese translation by Lama Ngawang Samten (Không Quán).
- Partly of the English translation is from Lama Thubten Zopa Rinpoche published work (in FPMT), partly by Kristyna Paknys. The french translation is partly pre-published in the internet (unknown author), partly by Lama Ngawang Samten.

The book cover and 21 Taras images are gratefully obtained from internet site http://www.dharma-media.org .

Cinquième Édition 2021.

Composition du groupe de traduction du Centre Manjushri, Longueuil, Québec, Canada:
- Les écritures tibétaines par les moines: Sera Mey Khen Rinpoche Lobsang Jamyang et Geshé Norbu Phuntsok.
- Traduction vietnamienne par Lama Ngawang Samten (Không Quán).
- Le traduction anglaise provient partiellement des travaux publiés (dans FPMT) du Lama Thubten Zopa Rinpoche, partiellement de Kristyna Paknys. La traduction française provient partiellement de l'internet (auteur inconnu) et partiellement par Lama Ngawang Samten.

La photographie de la page couverture et les images de 21 Taras ont été obtenues gracieusement de la site d'internet http://www.dharma-media.org.

<u>Chú Thích</u>: Phật tử nào cũng có thể hành trì Lễ Cúng Dường Đức Phật Lục Độ Mẫu.

<u>Note</u> : This prayer can be practiced by any buddhist without restriction. Cette prière peut être pratiquée par tous les bouddhistes.

Mục lục – Table of Contents - Table de Matières

Đề Mục – Subjects - Sujets	Trang, Page
Tựa – Foreword – Préface	v, vi, vii
Hình 21 vị Hoá Thân Phật Độ Mẫu	viii
Mật Pháp Lễ Cúng Dường **Đức Phật Lục Độ Mẫu** **The Green Tara Puja – Prières au Bouddha Tara Verte**	
Quy Y – Refuge	1
Tứ Vô Lượng Tâm – The Four Immeasurables – Les Quatre Incommensurables	2
Cầu Hộ Trì Tịnh Hoá Đạo Tràng và Cúng Dường Blessing the Place and The Offerings Bénédiction du Lieu et Les Offrandes	3
Thỉnh Chư Phật – Buddhas Invitation Invitation des Bouddhas	5
Kệ dâng Lễ Tắm – Offering Ablution Offrande d'Ablution	7
Thỉnh Cầu Phật Trụ Thế - Request to Remain Requête de Rester	18
Thất Chi Nguyện – Seven-Limbed Prayer Prières de Sept-Branches	19
1. Đảnh Lễ - Prostrations – Prosternations	19

Đề Mục – Subjects - Sujets	Trang, Page
Nguyện Phổ Hiền – Samanthabadra Vows Voeux de Samanthabadra	22
2. Cúng Dường – Offerings – Offrandes	24
Cúng dường Ngũ Căn – Offering the Five Sense Pleasures – Offrande de Plaisirs aux Cinq Sens	33
3. Sám Hối Chi Nguyện – Limb of Confession Branche de Confession	38
4. Tùy Hỉ Chi Nguyện – Limb of Rejoycing Branche de Réjouissance	39
5. Cầu Chuyển Pháp Luân Chi Nguyện – Limb of Urging – Branche de Supplication	40
6. Cầu Trụ Thế Chi Nguyện – Limb of Requesting - Branche de Requête	41
7. Hồi Hướng Chi Nguyện – Limb of Dedicating – Branche de Dédicace	41
Cúng Dường Mạn Đà La - Offering Mandala – Offrande de Mandala	42
Kệ Tụng Mạn Đà La dài – Long Mandala	43
Thỉnh Phật Độ Mẫu – Invitation	49
Tán Thán 21 Vị Hoá Thân Đức Độ Mẫu – Praise to 21 Taras – Hommages aux 21 Taras	50
Kệ Thất Chi Cầu Phật Độ Mẫu – Seven-Limbed Prayer to Tara – Prières de Sept-Branches à Tara	64
Kỳ Nguyện – Supplication Prayers – Prières de Supplication	68
Cúng Dường Bánh Torma – Torma Offrerings - Offrandes de Torma	74
Chú Tịnh Hoá – Purification Mantra – Mantra De Purification	83
Sám Hối – Request for Forbearance – Requête De Pardon	85
Cầu chư Phật trở lại – Requesting to return – Requête de revenir	87
Kệ Nguyện Cát Tường – Auspicious Verses – Prière de Bon Augure	87

TỰA SÁCH
(Viết bởi các đệ tử của Trung Tâm Văn Thù Sư Lợi)

Sư Trưởng Khen Rinpoche Lobsang Jamyang bắt đầu qua Canada hoằng pháp khoảng năm 1993 và thành lập Trung Tâm Văn Thù Sư Lợi năm 1996 tại Longueuil, Québec. Ngay từ những ngày đầu tiên hoằng pháp, Sư Trưởng đã ban truyền cho chúng đệ tử Mật Pháp Lễ Cúng Dường Đức Phật Lục Độ Mẫu. Dịch từ nguyên chữ Drölma của âm Tây Tạng (tiếng Phạn là Tara), do Sư Trưởng giảng nghĩa là hai âm Dröl, nghĩa là đấng giải thoát cứu độ (mọi chúng sinh), và Ma nghĩa là mẹ, như vậy dịch nghĩa toàn âm Drölma là Độ Mẫu. Vì là vị Phật sinh ra từ giọt nước mắt hoa sen của đức Quan Âm Đại Sĩ nên xưng tán là Độ Mẫu [*], và vị Độ Mẫu này có thân màu xanh lá cây nên xưng đủ là Lục Độ Mẫu. Trong kinh, để cho dễ tụng nên viết tắt là Độ Mẫu. Sư Trưởng rất hài lòng âm này vì rất gần âm gốc Tây Tạng (Drölma, Độ Mẫu).

Pháp môn này, Sư Trưởng đã chuyên tâm trì tụng từ khi còn trẻ. Lợi lạc của pháp tu này quá lớn, không thể kể ra hết. Thật vậy, không thể nào có đủ chữ để diễn tả thần lực của lễ Cúng Dường này. Dưới sự dạy dỗ của Sư Trưởng và biết được như thế nên chúng đệ tử tại Trung Tâm đã thường xuyên tu tập hành trì. Do đó mà phát sinh ra sự cần thiết in cuốn kinh này, thứ nhất là có một pháp cụ giúp tu tập, thứ hai là để giúp chúng đệ tử cùng cầu nguyện hồi hướng cho sự lợi lạc của mọi chúng sinh hữu tình.

Do sự tri ân sâu xa đến lòng từ mẫn của đức Bổn Sư Khen Rinpoche, cuốn kinh này được in ra dưới tên của Sư Trưởng biên soạn và cũng để hồi hướng trường thọ cho Sư Trưởng và cho mọi chúng sinh mau chóng thành chánh quả.

Thay mặt chúng đệ tử Trung Tâm Văn Thù Sư Lợi,
Geshe Norbu Phuntsok,
Mùa đông 2005

[*] Việt Nam chúng ta vẫn xưng tụng chư vị hóa thân Phật Quan Âm như đức Quan Âm Thị Kính, Quan Âm Diệu Thiện....

FOREWORD
(By the disciples of the Manjushri Buddhist Center)

Sera Mey Khen Rinpoche Lobsang Jamyang came to Canada since about 1993 and founded the Manjushri Buddhist Center since 1996 in Longueuil, Québec. From the beginning of his teaching in Buddhism in Quebec, he has bestowed to the disciples this Green Tara Puja in which he has been performed since very young age.

The benefits of this prayer are countless. There is no words which can possibly explain the power of this prayer. Being aware of this, and under the guidance of Khen Rinpoche, we started to learn praying regularly this puja in the Center and finally, the need of having it printed as a material to help this pratice emerged as well as the need to pray for the benefit of all sentient beings.

Being highly grateful to the immeasurable kindness of our root guru Khen Rinpoche, we complete this book on his behalf and dedicate the merits to the long life of Khen Rinpoche and also to the attainment of Buddhahood of all sentient beings.

Manjushri Buddhist Center,
On behalf of all disciples,
Geshe Norbu Phuntsok
Winter 2005

PRÉFACE
(par les disciples du Centre Bouddhiste Manjushri)

Khen Rinpoche Lobsang Jamyang du monastère Sera Mey est venu au Canada aux alentours de 1993 et fonda le Centre Bouddhiste Manjushri en 1996 au Longueuil, Québec. Dès le début de ses enseignements de Bouddhisme, il a transmis aux disciples cette pratique de Prières au Bouddha Tara Verte, laquelle il a lui-même pratiqué de très bas âge.

Les bénéfices de cette prière sont innombrables. Il n'y a simplement pas assez de mots pour décrire la puissance de cette prière. Étant conscient de cela, et sous le guide de Khen Rinpoche, nous avons commencé cette pratique régulièrement au Centre. Finalement, le besoin de l'imprimer comme un matériel destiné à mieux pratiquer émerge ainsi que le besoin de prier pour la bénéfice de tous les êtres sentants.

Reconnaissant grandement la bonté incommensurable de notre gourou-racine, nous publions ce livre au nom de Khen Rinpoche et aussi bien, afin de dédier toutes les mérites à sa longue-vie ainsi que pour la réalisation de la Bouddhéité de tous les êtres sentants.

Centre Bouddhiste Manjushri,
Au nom de tous les disciples,
Geshe Norbu Phuntsok
Hiver 2005

Lục Độ Mẫu
Green Tara – La Tara Verte

Bạch Độ Mẫu
White Tara – La Tara Blanche

Tất cả 21 Vị Hóa Thân Độ Mẫu
All Emanations of Tara - 21 Forms
Toutes les Émanations de Tara – 21 Formes

1. Cứu Nạn Hỏa Hoạn
Protection Against Fire
Protection Contre le Feu

2. Cứu Nạn Thú Ăn Thịt
Protection Against Carnivour
Protection Contre Les Carnivores

3. Cứu Nạn Voi Dầy
Protection Against Elephant
Protection Contre Éléphant

4. Cứu Nạn Tai Ương Đất
Protection Against Earthly Disaster
Protection Contre Désastre Terrestre

5. Cứu Nạn Qủy Ma
Protection Against Evil Spirit
Protection Contre Force Maléfique

6. Cứu Nạn Đói
Protection Against Famine
Protection Contre Famine

7. Cứu Nạn Thủy Tai
Protection Against Flood
Protection Contre Déluge

8. Cứu Độ Tăng Năng Lực
Protection for increasing power
Protection pour augmenter la puissance

9. Cứu Độ Hòa Hợp
Increasing Harmony
Gain de l'Harmonie

10. Cứu Độ Thịnh Vượng
Increase Activities
Gain des Activités

11. Cứu Nạn Sư Tử
Protection Against Lion
Protection Contre Lion

12. Cứu Nạn Hủy Hoại
Indestructibility Protection
Protection de l'Indestructibilité

13. Cứu Nạn Chính Trị
Protection Against Politics
Protection Contre les Politiques

14. Cứu Nạn Bệnh Tật
Protection Against Sickness
Protection Contre Maladie

15. Nguồn 20 Vị Hóa Thân
Source of all 20 Emanations
Source de Toutes 20 Émanations

16. Cứu Nạn Rắn
Protection Against Snake
Protection Contre Serpent

17. Cứu Nạn Trộm Cướp
Protection Against Thief
Protection Contre Voleur

18. Cứu Nạn Chết Phi Thời
Protection Against Untimely Death
Protection Contre la Mort Avant Terme

19. Cứu Nạn Gươm Đao
Protection Against Weapon
Protection Contre les Armes

20. Cứu Nạn Chiến Tranh
Protection Against War
Protection Contre la Guerre

21. Cứu Nạn Gió Bão
Protection Against Wind
Protection Contre Les Vents

Hình 21 vị Độ Mẫu

Images of 21 Taras

Images de 21 Taras

Xin Hồi Hướng Cho
Sư Trưởng Khensur Rinpoche Lobsang Jamyang
mau chóng tái sinh

In dedication to the
Quick return of Khensur Rinpoche
Lobsang Jamyang

En dédication à la
Reincarnation rapide de Khensur Rinpoche
Lobsang Jamyang

Chú Thích: Phật tử nào cũng có thể hành trì Lễ Cúng Dường Đức Phật Lục Độ Mẫu.

Note : This prayer can be practiced by any buddhist without restriction.
Cette prière peut être pratiquée par tous les bouddhistes.

MẬT PHÁP LỄ CÚNG DƯỜNG ĐỨC PHẬT LỤC ĐỘ MẪU
THE GREEN TARA PUJA
PRIÈRES AU BOUDDHA TARA VERTE

QUY Y – REFUGE

sang gyä chö dang tsog kyi chog nam la
Cho đến khi đạt đến giác ngộ, đệ tử xin quy y
In the Buddha, the Dharma and the Highest Assembly,
Dans le Bouddha, le Dharma et l'Assemblée Suprême,

jang chub bar du dag ni kyab su chi
Tam Bảo Phật, Pháp và Tăng,
Until I am enlightened I take refuge.
Jusqu'à mon éveil, je prends refuge.

dag gi jin sog gyi pai tso nam kyi
Nương nhờ công đức hạnh bố thí ba la mật và các ba la mật khác,
From the virtuous merit that I collect by practising giving and other perfections,
Grâce aux mérites vertueux accumulés par la pratique de la générosité et des autres perfections,

dro la pän chir sang gyä drub par shog (3x)
Đệ tử xin nguyện đạt đến giác ngộ để cứu độ mọi chúng sinh.
May I attain the state of a Buddha to be able to benefit all sentient beings.
Puissé-je atteindre l'état de Bouddha pour le bienfait de tous les êtres.

TỨ VÔ LƯỢNG TÂM – THE FOUR IMMEASURABLES
LES QUATRE INCOMMENSURABLES

སེམས་ཅན་ཐམས་ཅད་བདེ་བ་དང་བདེ་བའི་རྒྱུ་དང་ལྡན་པར་གྱུར་ཅིག །

sem chän tam chä de wa dang de wäi gyu dang dän par gyur chig
Xin nguyện cho mọi chúng sinh an lành và tạo nhân để được an vui.
May all sentient beings have happiness and the cause of happiness.
Puissent tous les êtres posséder le bonheur et la cause du bonheur.

སེམས་ཅན་ཐམས་ཅད་སྡུག་བསྔལ་དང་སྡུག་བསྔལ་གྱི་རྒྱུ་དང་བྲལ་བར་གྱུར་ཅིག །

sem chän tam chä dug ngäl dang dug ngäl gyi gyu dang dräl war gyur chig
Xin nguyện cho mọi chúng sinh giải thoát khỏi khổ đau và tiêu trừ các nhân tạo khổ đau,
May all sentient beings be free from suffering and the cause of suffering.
Puissent tous les êtres être libérés de la souffrance et des causes de la souffrance.

སེམས་ཅན་ཐམས་ཅད་སྡུག་བསྔལ་མེད་པའི་བདེ་བ་དང་མི་འབྲལ་བར་གྱུར་ཅིག །

sem chän tam chä dug ngäl med päi de wa dang mi dräl war gyur chig
Xin nguyện cho mọi chúng sinh không lìa an vui, tức là không phải chịu khổ đau,
May all sentient beings not be separated from the happiness that is without suffering.
Puissent tous les êtres ne jamais être séparés du bonheur sans souffrance.

སེམས་ཅན་ཐམས་ཅད་ཉེ་རིང་ཆགས་སྡང་གཉིས་དང་བྲལ་བའི་བཏང་སྙོམས་ལ་གནས་པར་གྱུར་ཅིག ཞེས་ལན་གསུམ།

sem chän tam chä nye ring chag dang nyi dang dräl wäi tang nyom la nä par gyur chig. (3X)
Xin nguyện cho mọi chúng sinh trụ trong hạnh xả, không chấp thủ và sân hận (đối với những chúng sinh chấp thủ) xa gần.
May all sentient beings abide in equanimity, free of attachment and hatred (for those held) close and distant.
Puissent tous les êtres demeurer dans l'équanimité, sans attachement ni aversion (envers ceux qui leur sont) proches ou distants.

CẦU HỘ TRÌ TỊNH HOÁ ĐẠO TRÀNG VÀ CÚNG DƯỜNG – BLESSING THE PLACE AND THE OFFERINGS – BÉNÉDICTION DU LIEU ET LES OFFRANDES

ས་གཞི་དང་མཆོད་རྫས་བྱིན་གྱིས་བརླབས་པ་ནི།

ཐམས་ཅད་དུ་ནི་ས་གཞི་དག །གསེག་མ་ལ་སོགས་མེད་པ་དང་།

Tam chä du ni sa zhi dag, seg ma la sog me pa dang
Xin nguyện mặt đất mọi nơi tịnh hoá, không đá sỏi gập ghềnh,
May all the surface of the earth be pure, without pebbles and so forth, as even
Puisse toute la surface de la terre être pure, libre d'aspérités telles les pierres

ལག་མཐིལ་ལྟར་མཉམ་བཻ་ཌཱུརྱའི། །རང་བཞིན་འཇམ་པོར་གནས་གྱུར་ཅིག །

lag til tar nyam be dur yäi, rang zhin jam por nä gyur chi
như lòng bàn tay phẳng mịn, như ngọc lưu ly sáng trong. Xin nguyện tất cả mọi
as the palm of the hand and smooth as lapis lazuli. May the
et les autres, douce comme la paume de la main et le lapis lazuli. Puisse les

ལྷ་དང་མི་ཡི་མཆོད་པའི་རྫས། །དངོས་སུ་བཤམས་དང་ཡིད་ཀྱིས་སྤྲུལ། །

lha dang mi yi chö päi dzä, ngö su sham dang yi kyi trül
thức cúng dường đến chư thiên nhân, những phẩm vật an bày và quán tưởng,
offerings of gods and men, those set before me and those visualized,
offrandes des dieux et des hommes, tant celles visualisées que réelles,

ཀུན་བཟང་མཆོད་སྤྲིན་བླ་ན་མེད། །ནམ་མཁའི་ཁམས་ཀུན་ཁྱབ་གྱུར་ཅིག །

kün zang chö trin la na me, nam käi kam kün kyab gyur chig
như đám mây cúng dường Phổ Hiền Bồ Tát, tràn ngập và bao quanh hư không rộng lớn.
like the clouds of offerings by Samanthabadra, pervade and encompass the vastness of space.
à la manière des nuages d'offrandes de Samanthabadra, recouvrir tout l'espace.

ༀ་ན་མོ་བྷ་ག་ཝ་ཏེ། བཛྲ་སཱ་ར་པྲ་མརྡྷ་ནེ་ཏ་ཐཱ་ག་ཏཱ་ཡ། ཨ་རྷ་ཏེ་སམྱཀ་སཾ་བུད་དྷཱ་ཡ།

om namo bhagawate, bendza sara tramardane tathagataya arahate samyak sambuddhaya,

ཏདྱ་ཐཱ། ༀ་བཛྲེ་བཛྲེ། མ་ཧཱ་བཛྲེ། མ་ཧཱ་ཏེ་ཛ་བཛྲེ། མ་ཧཱ་བིདྱཱ་བཛྲེ། མ་ཧཱ་བོ་དྷི་ཙིཏྟ་བཛྲེ།

tayata, om bendze bendze, maha bendze, maha tedza bendze, maha bidya bendze, maha bodhicitta bendze,

མ་ཧཱ་བོ་དྷི་མཎྜོ་པ་སཾ་ཀྲ་མ་ཎ་བཛྲེ། སརྦ་ཀརྨ་ཨཱ་ཝ་ར་ཎ་བི་ཤྭོ་དྷ་ན་བཛྲེ་སྭཱ་ཧཱ། ཞེས་ལན་གསུམ།

maha bodhi man dopa sam tramana bendze, sarwa karma awarana, bisho dhana, bendze soha   (3x)

དཀོན་མཆོག་གསུམ་གྱི་བདེན་པ་དང་། །སངས་རྒྱས་དང་བྱང་ཆུབ་སེམས་དཔའ།

kön chog sum gyi den pa dang, sang gyä dang jang chub sem pa
Nương nhờ thần lực chân lý Quy Y Tam Bảo và hộ trì của chư Phật và chư Bồ Tát,
By the force of the truth of the Three Jewels of Refuge, by the blessings of all Buddhas and Bodhisattvas,
Par la force de vérité des trois joyaux de refuge, par la bénédiction de tous les Bouddhas et Bodhisattvas,

ཐམས་ཅད་ཀྱི་བྱིན་གྱིས་བརླབས་དང་། །ཚོགས་གཉིས་ཡོངས་སུ་རྫོགས་པའི་མངའ་ཐང་ཆེན་པོ་དང་། །

tam chä kyi jin gyi lab dang, tsog nyi yong su dzog päi nga tang chen po dang
nhờ thần lực toàn chư Phật tích tụ phước huệ viên mãn, và năng lực tri kiến tánh không thâm diệu,
by the power of all the Buddhas who have fully completed their collections of both good merit and insight,
par le pouvoir de tous les Bouddhas qui ont entièrement achevé l'accumulation à la fois de bons mérites et de la vue profonde,

ཆོས་ཀྱི་དབྱིངས་རྣམ་པར་དག་ཅིང་བསམ་གྱིས་མི་ཁྱབ་པའི་སྟོབས་ཀྱིས་དེ་བཞིན་ཉིད་དུ་གྱུར་ཅིག །

chö kyi ying nam par dag ching sam gyi mi kyab päi tob kyi de shin nyi du gyur chig
không thể nghĩ bàn và thanh tịnh, xin nguyện cho tất cả phẩm vật cúng dường hóa thành Tánh Không Chân Như.
by the might of the void, inconceivable and pure, may (all of these offerings) be transformed into Thusness.
par le pouvoir de la vacuité, inconcevable et pure, puissent toutes ces offrandes être transformées par ce moyen dans leur nature véritable de la Vacuité.

THỈNH CHƯ PHẬT – BUDDHAS INVITATION – INVITATION DES BOUDDHAS

དེ་ནས་རང་གི་རྗེན་ཅན་དུ་བའི་བླ་མ་རྗེ་བཙུན་སྒྲོལ་མར་གསལ་བ་ལ་ཕྱོགས་བཅུའི་རྒྱལ་བ་སྲས་བཅས་ཐམས་ཅད་ཀྱིས་བསྐོར་བ་སྤྱན་དྲངས་པ་སྨོས།

ཨ་ལུས་སེམས་ཅན་ཀུན་གྱི་མགོན་གྱུར་ཅིང་། །

Ma lü sem chän kün gyi gön gyur ching,
Chư vị hộ trì mọi chúng sinh không ngoại lệ,
Those who protect all beings without exception,
Vous qui protégez tous les êtres sans exception,

བདུད་སྡེ་དཔུང་བཅས་མི་བཟད་འཇོམས་མཛད་ལྷ། །

Dü de pung chä mi ze jom dzä lha
và chư hộ phật hoàn toàn đánh bại đoàn Ma quân,
deities who overwhelmingly subdue the hosts of Mara,
déités qui subjuguez totalement les armées de Mara,

དངོས་རྣམས་མ་ལུས་ཡང་དག་མཁྱེན་གྱུར་པའི། །

Ngö nam ma lü yang dag chen gyur pay,
Chư vị chứng ngộ mọi chân tánh không ngoại lệ,
Those who truly know all realities without exception,
Vous qui connaissez vraiment toutes les réalités sans exception,

བཅོམ་ལྡན་འཁོར་བཅས་གནས་འདིར་གཤེགས་སུ་གསོལ། །

Chom dän kor chä nä dir sheg su söl
Chư Thế Tôn và thánh chúng, đệ tử thỉnh nguyện chư vị thị hiện nơi đây.
Bhagavans and your retinues, I ask you to come to this place.
Bhagavans avec votre entourage, je vous demande de venir en ce lieu.

བཅོམ་ལྡན་བསྐལ་པ་གྲངས་མེད་དུ་མ་རུ། །

Chom dän käl pa drang me tu ma ru,
Ôi, chư Thế Tôn, từ khởi thủy của vô số đại kiếp,
Ô, Bhagavans, from the beginning of countless aeons,
Ô, Bhagavans, depuis d'innombrables éons,

འགྲོ་ལ་བརྩེ་ཕྱིར་ཐུགས་རྗེ་རྣམ་སྦྱངས་ཞིང་། །

Dro la tse chir tug je nam jang zhing
chư vị đã hành trì toàn hảo lòng từ bi đến các chúng sinh,
you have perfectly practised loving kindness and compassion for beings
vous avez pratiqué à la perfection l'amour bienveillant et la compassion envers

སྨོན་ལམ་རྒྱ་ཆེར་དགོངས་པ་ཡོངས་རྫོགས་པ། །

Mön lam gya cher gong pa yong dzog pa,
Và thành tựu ý nguyện của các bài cầu đại nguyện,
And have fully accomplished the wishes of your vast prayers of aspiration,
tous les êtres et avez pleinement réalisé les voeux de vos vastes prières d'aspirations,

ཁྱེད་བཞེད་འགྲོ་དོན་མཛད་དུས་འདི་ལགས་ན། །

Che zhe dro dön dzä dü di lag na
chư vị nguyện mang an lành, làm lợi lạc đến các chúng sinh.
your wish is to bring beings happiness by acting for their benefit.
vous souhaitez apporter le bonheur à tous les êtres en agissant pour leur bien.

དེ་ཕྱིར་ཆོས་དབྱིངས་ཕོ་བྲང་ལྷུན་གྲུབ་ནས། །

De chir chö ying po drang lhün drup nä,
Vì thế, từ cung điện hóa sinh từ Pháp giới,
Therefore, from the spontaneously created palace of the Dharmadhatu,
Donc, du palais qui surgit spontanément du Dharmadhatu,

Dzu trül jin lap na tsok tön dzä ching
thị hiện vô số thần thông và ban rải gia trì,
showing many kinds of miracles and blessings,
manifestant des miracles et des bénédictions de toutes sortes

Ta yä sem chän tsok nam dröl jay chir,
Với mục đích giải thoát vô lượng chúng sinh,
In order to liberate limitless beings,
dans le but de libérer d'innombrables êtres,

Yong dag kor dang chä te sheg su söl.
đệ tử thỉnh nguyện ngài thị hiện cùng chư vị thánh chúng.
I ask you to come here with your complete retinue.
je vous demande de venir en ces lieux accompagnés de votre entourage.

KỆ DÂNG LỄ TÁM[*] - OFFERING ABLUTION – OFFRANDE D'ABLUTION

[*] Lễ Quán Phật

Ku trü söl wa zhu, gang dir chom dän de de zhin she pa dra chom
Cầu xin toàn chư vị Phật, Như Lai, Đấng Thế Tôn
Whichever Buddhas, Tathagatas, Worthy Ones,
À tous les Bouddhas, les Tathagatas, les Notables ,

pa yang dag par dzog päi sang gyä rig pa dang zhab su dän pa
chư vị Toàn Giác, Biện Tài Vô Ngại,
Thoroughly Enlightened Ones, Endowed with Logic,
Les Éveillés totalement, Doués de Logiques,

བདེ་བར་གཤེགས་པ་འཇིག་རྟེན་མཁྱེན་པ།

De war she pa Jig ten kyen pa
A la hán, Chánh Biến Tri Tam Miệu Tam Bồ Đề, Thế Gian Giải
Gone to Bliss, Knowers of the Universe,
Réalisateurs de la Félicité, Savants de l'Univers,

སྐྱེས་བུ་འདུལ་བའི་ཁ་ལོ་བསྒྱུར་བ་བླ་ན་མེད་པ།

Kye bu dül wäi ka lo gyur wa la na me pa
Đấng Đạo Sư vô song của mọi loài chưa thuần hóa,
Peerless Guides for those to be tamed,
Les Guides Sans Égales pour ceux encore à se maitriser,

ལྷ་དང་མི་རྣམས་ཀྱི་སྟོན་པ་སངས་རྒྱས་བཅོམ་ལྡན་འདས་དེ་དག

Lha dang mi nam kyi tön pa sang gyä chom dän de de dag
Bậc Thiên Nhân Sư, trước toàn chư vị Phật linh thiêng,
Teachers of gods and men, to all those blessed Buddhas,
Maitres des dieux et de l'homme, à tous les Bouddhas bénis,

ཐམས་ཅད་ལ་ཡོ་བྱད་ཐམས་ཅད་དང་ལྡན་པའི་ཁྲུས་འདི་གསོལ་བར་བགྱིའོ།

tam chä la yo gye tam chä dang dän päi trü di söl war gyi wo
Đệ tử kính dâng lễ tắm,
I offer this full ritual ablution.
Je vous offre ce rituel complet de l'ablution.

ཁྲུས་ཀྱི་ཁང་པ་ཤིན་ཏུ་དྲི་ཞིམ་པ། །ཤེལ་གྱི་ས་གཞི་གསལ་ཞིང་འཚེར་བ་ལྟར། །

Trü chi kang pa shin tu dri shim pa, Shel gyi sa zhi säl zhing tser wa tar

(Quán tưởng) đền tắm Phật rất thơm tho, sàn nhà rực rỡ và bằng pha lê tráng lệ,
(Visualize) a very fragrant washing house, with a luminous and glittering crystal floor,
(Visualiser) une salle d'ablutions très parfumée, composée d'un sol de cristal lumineux et scintillant,

ཪིན་ཆེན་འབར་བའི་ཀ་བ་ཡིད་འོང་ལྡན། ༈མུ་ཏིག་འོད་ཆགས་བླ་རེ་བྲེས་པ་དེར། །

Rin chen bar wäi ka wa yi ong dän, Mu tik ö chag la re dre pa der
cột nhà tuyệt đẹp, chói rực châu báu, và màn bằng ngọc trai phát sáng tỏa rạng.
beautiful pillars blazing with jewels, and a canopy of luminescent pearls spread out.
et de splendides piliers brillants de joyaux, un dais de perles luminescentes se déploie au dessus de nous.

ཇི་ལྟར་བལྟམས་པ་ཙམ་གྱིས་ནི། །ལྷ་རྣམས་ཀྱིས་ནི་ཁྲུས་གསོལ་ལྟར། །

ji tar tam pa tsam gyi ni,   lha nam kyi ni trü söl tar
Như lúc (Phật) đản sanh,   chư thiên dâng lễ tắm,
Just as at the birth (of the Buddha), the gods offered a bath
Au moment de la naissance (du Bouddha), les dévas offrirent une ablution d'eau

ལྷ་ཡི་ཆུ་ནི་དག་པ་ཡིས། །དེ་བཞིན་བདག་གིས་སྐུ་ཁྲུས་གསོལ། །

lha yi chu ni dag pa yi, de zhin dag gi ku trü söl
bằng nước lấy từ cõi thiên, và cũng như thế, đệ tử xin dâng lễ tắm.
of pure, celestial water, just so, I too offer ablution.
pure et céleste, de la même manière, je vous offre aussi une ablution d'eau céleste.

ༀ་སརྦ་ཏ་ཐཱ་ག་ཏ་ཨ་བྷི་ཥེ་ཀ་ཏ་ས་མ་ཡ་ཤྲི་ཡེ་ཨཱཿཧཱུྃ༔

om sar wa ta tha ga ta ah bhi she ka ta sa ma ya shri ye ah hung

ཕུན་ཚོགས་དགེ་ལེགས་བྱེས་བསྐྲུན་པའི་སྐུ། །

pün tsog ge leg je we trün päi ku
Thân ngài là quả vị của mười triệu đức hạnh và công đức tối thượng,
To him, whose body is the product of ten million excellent qualities and virtues,
À celui dont le corps est le fruit de dix millions de vertus et perfections,

མཐའ་ཡས་འགྲོ་བའི་རེ་བ་སྐོང་བའི་གསུང་། །

ta yä dro wäi re wa kong wäi sung
Pháp ngữ (khẩu) của ngài thành tựu các kỳ vọng của vô lượng chúng sinh,
whose speech fulfills the hopes of limitless beings,
dont la parole satisfait les espoirs d'êtres sans nombre,

མ་ལུས་ཤེས་བྱ་ཇི་བཞིན་གཟིགས་པའི་ཐུགས། །ཤཱཀྱའི་གཙོ་བོ་དེ་ལ་སྐུ་ཁྲུས་གསོལ།

ma lü she ja ji zhin zig päi tug,   sha kyäi tso wo de la ku trü söl

Ý của ngài nhìn thấu bản tánh chân thực mọi sự vật tri kiến, không ngoại lệ: trước vị trưởng tộc dòng Thích Ca, đệ tử xin dâng lễ tắm.

whose mind sees the true nature of all that is knowable without exception, to the leader of the Shakyas, I offer ablution.

dont l'esprit perçoit sans exception toutes les phénomènes, vraies telles qu'elles sont : au maître des Shakyas, j'offre l'ablution.

ཨོཾ་སརྦ་ཏ་ཐཱ་ག་ཏ་ཨ་བྷི་ཥེ་ཀ་ཏ་ས་མ་ཡ་ཤྲི་ཡེ་ཨཱཿཧཱུྃ།

om sar wa ta tha ga ta ah bhi she ka ta sa ma ya shri ye ah hung

ཐུགས་རྗེ་ཆེན་པོ་བདེ་གཤེགས་རྡོ་རྗེ་འཆང་། །མཆོག་གཟིགས་ཏེ་ལོ་པ་དང་ནཱ་རོ་པ། །

tug je chen po de shek dor je chang, chok zik te lo pa dang na ro pa

Trước đấng Thiện Thệ đại từ bi, Kim Cang Trì, trước chư tổ tri kiến tối thượng, Tilopa và Naropa,

To the great compassionate Sugata, Vajradhara, to those of superior vision, Tilopa and Naropa,

À la grande compassion du Sugata Vajradhara, la vision supérieure de Tilopa et Naropa,

དཔལ་མཆོག་རྡོ་རྗེ་པ་དང་ཨ་ཏི་ཤ། །ཉམས་ལེན་བྱིན་རླབས་བརྒྱུད་ལ་སྐུ་ཁྲུས་གསོལ། །

päl chog dom bhi pa dang ah ti sha, nyam len jin lab gyüd la ku trü söl

bậc vinh quang tối thượng Dombipa và Atisha, trước dòng truyền thừa hành trì và hộ trì, đệ tử xin dâng lễ tắm.

to the glorious supreme Dombhipa and Atisha, to the lineage of practice and blessings, I offer a bath.

Aux glorieux Dhombhipa et Atisha suprêmes, j'offre l'ablution à la Lignée des Pratiques Consacrées.

ཨོཾ་སརྦ་ཏ་ཐཱ་ག་ཏ་ཨ་བྷི་ཥེ་ཀ་ཏ་ས་མ་ཡ་ཤྲི་ཡེ་ཨཱཿཧཱུྃ།

om sar wa ta tha ga ta ah bhi she ka ta sa ma ya shri ye ah hung

བྱམས་པ་ཐོགས་མེད་དབྱིག་གཉེན་རྣམ་གྲོལ་སྡེ། །

jam pa tog med yig nyen nam dröl de,
Trước đức Di Lặc, Vô Trước, Thế Thân, Giải Thoát Quân (Vimuktisena),
To Maitreya, Asanga, Vasubandhu, Vimuktisena,
À Maitreya, Asanga, Vasabandu, Vimuktisena,

མཆོག་སྡེ་དུལ་བའི་སྡེ་དང་གྲགས་པའི་དཔལ། །

chog de dül wi de dang drak pi pal
Paramasena, Vinitasena, Shantarakshita,
Paramasena, Vinitasena, Shantarakshita,
Paramasena, Vinitasena, Shantarakshita,

སེང་བཟང་ཀུ་སཱ་ལི་གཉིས་གསེར་གླིང་པ། །

seng zang ku sa li nyi ser ling pa
Haribhadra, hai vị Kusali, và Suvarnadvipa:
Haribhadra, the two Kusalis and Suvarnadvipa,
Haribhadra, les deux Kusali et Suvarnadvipa,

རྒྱ་ཆེན་སྤྱོད་པའི་བརྒྱུད་ལ་སྐུ་ཁྲུས་གསོལ། །

gya chen chöd pi gyüd la kü trü söl
trước dòng truyền thừa Phổ Đại Trì Giới, đệ tử kính dâng lễ tắm.
to the lineage of Vast and Extensive Conduct, I offer ablution.
j'offre l'ablution à la Lignée de la Conduite Exhaustive.

ཨོཾ་སརྦ་ཏ་ཐཱ་ག་ཏ་ཨ་བྷི་ཥེ་ཀ་ཏ་ས་མ་ཡ་ཤྲཱི་ཡེ་ཨཱཿཧཱུྃ། །

om sar wa ta tha ga ta ah bhi she ka ta sa ma ya shri ye ah hung

འཇམ་དབྱངས་ཡོད་མེད་ཕྱོགས་འཇིག་ཀླུ་སྒྲུབ་དང་། །

jam yang yöd med chog jig lu drub dang
Trước đức Văn Thù, Long Thọ, phá tà hiển chánh trong Thường và Đoạn,
To Manjushri and Nagarjuna, destroyer of views of existence and non-existence,
À Manjushri et Nagarjuna, destructeur des vues sur l'existence et la non-existence,

ཟླ་བ་གྲགས་པ་རིག་པའི་ཁུ་བྱུག་ཆེ། །

da wa drag pa rig päi ku juk che
trước tổ Nguyệt Xứng, Đại Vidyakokila,
to Chandrakirti, Vidyakokila the elder,
À Chandrakirti, Vidyakokila l'aîné, et les

སངས་རྒྱས་དགོངས་སྐྱོང་འཕགས་པ་ཡབ་སྲས་སོགས། །

sang gyä gong kyong pag pa yab sä sog
và chư hiền thánh tổ đã bảo tồn ý chỉ chư Phật:
and the other noble sons who protect the intent of the Buddha,
autre fils nobles [de l'Arya Nagarjuna] qui protègent les intentions du Bouddha,

ཟབ་མོ་ལྟ་བའི་བརྒྱུད་ལ་སྐུ་ཁྲུས་གསོལ། །

zab mo ta wäi gyüd la ku trü söl
trước dòng truyền thừa Tri Kiến Thâm Diệu, đệ tử xin dâng lễ tắm.
to the lineage of the Profound View, I offer ablution.
j'offre l'ablution à la Lignée de la Vue Profonde.

ཨོཾ་སརྦ་ཏ་ཐཱ་ག་ཏ་ཨ་བྷི་ཥེ་ཀ་ཏ་ས་མ་ཡ་ཤྲི་ཡེ་ཨཱཿཧཱུྃ། །

om sar wa ta tha ga ta ah bhi she ka ta sa ma ya shri ye ah hung

བཤད་སྒྲུབ་གདམས་པའི་མཆོག་མངའ་ཨ་ཏི་ཤ། །

shed drub dam päi chog nga ah ti sha
Trước tổ Atisha, bậc sư tối thượng về giáo lý truyền khẩu và hành trì pháp,
To Atisha, supreme master of the oral instructions of teachings and their practice,
À Atisha, le maître suprême des instructions orales des enseignements et leurs pratiques,

བཀའ་གདམས་བསྟན་པའི་མེས་པོ་འབྲོམ་སྟོན་རྗེ། །

ka dam ten päi me po drom tön je
trước Dromtonpa, vị tổ giáo lý dòng Kadam,
to Dromtonpa, forefather of the Kadam doctrine,
À Dromtonpa, ancêtre de la doctrine Kadam,

näl jor nam zhi ku ched sum la sog
trước ba vị huynh đệ, bậc đạo sư của bốn phái du già:
to the three brothers, masters of the four yogas,
aux trois frères, maîtres des quatres yogas,

ka dam la ma nam la ku trü söl
trước toàn chư tổ bổn sư dòng Kadam, đệ tử xin dâng lễ tắm.
to all the Kadam gurus, I offer ablution.
j'offre l'ablution à tous les gourous Kadam.

om sar wa ta tha ga ta ah bhi she ka ta sa ma ya shri ye ah hung

gang chän shing täi söl je tsong kha pa
Trước tổ Tông-Khách-Ba, người đã tái tạo truyền thống Mật thừa tại Tây Tạng,
To Tsongkapa who established the tradition for the vehicle in Tibet,
À Tsong Khapa qui établit la tradition pour le véhicule au Tibet,

ngö tob rig päi wang chug gyal tsab je
trước bậc tôn kính Gyeltshap, biện chứng pháp vương đầy uy lực,
to the venerable Gyeltshap, lord of the power of logic,
Au Vénérable Gyèltsap-Jè, maître de la puissance de la logique,

do ngag ten päi dag po khe drub je
trước bậc tôn kính Khedrup, bậc sư của các giáo lý hiển và mật tông,
to the venerable Khedrup, master of the doctrines of sutra and tantra,
Au Vénérable Khedroup-Jè, maître des doctrines des soutras et des tantras,

ཡབ་སྲས་བརྒྱུད་པར་བཅས་ལ་སྐུ་ཁྲུས་གསོལ། །

yab se gyüd par chä la ku trü söl
trước dòng truyền thừa (tiếp nối) chư thầy tổ, đệ tử xin dâng lễ tắm.
to the lineage of (successive) fathers and sons, I offer ablution.
J'offre l'ablution à la lignée (successive) des pères et des fils.

ཨོཾ་སརྦ་ཏ་ཐཱ་ག་ཏ་ཨ་བྷི་ཥེ་ཀ་ཏ་ས་མ་ཡ་ཤྲཱི་ཡེ་ཨཱཿཧཱུྃ། །

om sar wa ta tha ga ta ah bhi she ka ta sa ma ya shri ye ah hung

རྩ་བརྒྱུད་བླ་མ་རྣམས་ལ་སྐུ་ཁྲུས་གསོལ། །

tsa gyüd lama nam la ku trü söl
Đệ tử dâng lễ tắm lên chư vị Bổn Sư dòng truyền thừa,
I offer ablution to the root and lineage gurus,
J'offre l'ablution aux maîtres racines et la lignée des gourous,

ཡི་དམ་ལྷ་ཚོགས་རྣམས་ལ་སྐུ་ཁྲུས་གསོལ། །

yi dam lha tsog nam la ku trü söl
Đệ tử dâng lễ tắm lên chư vị Hộ Phật,
I offer ablution to the meditational deities,
J'offre l'ablution à toutes les déités méditationelles,

དཔའ་བོ་མཁའ་འགྲོ་རྣམས་ལ་སྐུ་ཁྲུས་གསོལ། །

pa wo khan dro nam la ku trü söl
Đệ tử dâng lễ tắm lên chư vị thiên nam và thiên nữ,
I offer ablution to the male and female dakas,
J'offre l'ablution à tous les Dakas et Dakinis,

ཆོས་སྐྱོང་སྲུང་མ་རྣམས་ལ་སྐུ་ཁྲུས་གསོལ། །

chö kyong sung ma nam la ku trü söl
Đệ tử dâng lễ tắm lên chư vị Hộ Pháp và Hộ Trì,
I offer ablution to the Dharma protectors and guardians.
J'offre l'ablution à tous les protecteurs du Dharma et aux gardiens.

om sar wa ta tha ga ta ah bhi she ka ta sa ma ya shri ye ah hung

de dag ku la tsung pa med päi gö, tsang la dri rab gö pä ku chiö
Đệ tử xin lau khô thân chư vị với các vải lụa tế nhuyễn, sạch sẽ và thơm tho nhất.
I am drying all your bodies with the finest cloth, clean and fragrant.
Je sèches vos corps avec des étoffes, les plus délicates, propres et parfumées des arômes les plus fines.

om hung tram hrih ah ka ya bi sho dha na ye soha

tong sum kün tu dri ngäd dang pa yi,
Với nước ướp hương thơm chọn lọc,
With the choicest fragrances,
Avec des fragrances les meilleures,

dri chog nam kyi tub wang nam kyi ku
Mà hàng tỷ thế giới xin cúng dường.
that the billions of worlds have to offer,
que les millards de mondes désirent offrir,

ser jang tso ma ji dor jed pa tar
Đệ tử xoa nước hương thơm trên thân sáng chói của chư Mâu Ni,
I anoint the dazzling bodies of the Munis,
J'enduis les corps brillants des Munis,

öd chag bar wa de dag jug par gyi
- tỏa rạng nước bóng như là vàng ròng.
- as dazzling as burnished, refined gold.
- aussi brillants que l'or raffiné poli.

sab jam yang wa lha yi gö, mi ched dor jeï ku nye la
Đệ tử xin dâng áo Thiên Y, toàn hảo, mềm dịu, nhẹ, cúng dường chư vị đã thành tựu Thân Kim Cang Bất Hoại.
Celestial robes, sheer, soft and light, I offer to you who have achieved the indestructible vajra body.
Des robes célestes soyeuses, légères et diaphanes, je les offre à vous qui avez réalisé l'indestructible corps vajra.

mi ched ded pä dag bül na,   dag kyang dor jeï kü töb shog
Dâng lên với lòng thành tín bất thối chuyển, và xin nguyện cho chúng con cũng sẽ đạt được thân kim cang này.
Having offered these to you with my unceasing faith, may I, too, gain the vajra body
Ayant offert ces objets par la force de ma foi incessante, puissé-je, moi aussi, obtenir ce corps vajra.

gyäl wa tsän peï rang zhin gyän dän chir
Vì thân chư Thế Tôn đã tự nhiên trang nghiêm tướng tốt và các dấu hiệu tôn quý,
Because the Victors are naturally adorned with the marks and signs,
Puisque les Victorieux sont naturellement parés des marques et signes,

gyän zhen dag gi gyän par mi tsäl yang
Chư vị không cần trang sức thêm,
They have no need of other ornaments.
ils n'ont besoin d'aucunes autres ornementations.

rin chen gyän chog pül wä dro wa kün
Nhưng đệ tử vẫn xin dâng lên các châu báu và trang sức đẹp nhất,
But I offer the best of jewels and ornaments so that
Malgré cela, j'offre les meilleurs joyaux et ornementations,

tsen pe gyän päi ku lü tob par shog
Và nguyện cho mọi chúng sinh cũng đạt được thân tự nhiên đầy đủ tướng quý
all beings may obtain a body with these self-same marks.
afin que tous les êtres puissent obtenir un corps parée de ces mêmes marques.

Dün gyi nam ka seng tri pä dä dän la tsa wäi la ma dang yer med päi sing deng nag dröl kyi
Trong bầu trời trước mặt, trên ngai sư tử, hoa sen và trên bồ đoàn mặt trăng, đức Bổn Sư an tọa, bất phân với đức Độ Mẫu,
In the space in front, on a lion throne, lotus and moon cushion, sits (my) root Lama, indistinguishable from green Tara,
Dans l'espace devant, sur une throne de lion, (mon) Lama racine s'assieds, indistinguable de la Tara Verte,

teng du jo wo je sog la ma nam dang.
Bên trên là chư vị Tổ Sư (trong dòng truyền thừa), tổ Atisha và nhiều vị khác.
Above are the Lamas (of the lineage), Atisha and so forth.
Du dessus, sont les Lamas (de la lignée), Atisha et encore.

མཐའ་སྐོར་དུ་སྒྲོལ་མ་ཉེར་གཅིག་ཡི་དམ་སངས་རྒྱས་བྱང་སེམས་ཉན་རང་

Ta kor du dröl ma nye chi sog yi dam sang gyä jang sem nyen rang
Bao quanh là 21 hóa thân đức Độ Mẫu, chư Hộ Phật, chư Phật, chư Bồ Tát,
Surrounding them are the 21 Taras, meditational deities, Buddhas, Bodhisattvas,
Autour d'eux, se présentent les 21 Taras, les deités méditationnelles, les Bouddhas, les Bodhisattvas,

བཀའ་སྡོད་དང་བཅས་པར་བཞུགས་པར་གྱུར།

ka död dang chä par zhug par gyur
chư Thanh Văn, chư Bích Chi và còn nhiều nữa, cùng chư tôn tùy tùng.
Hearers and Solitary Realizers and so forth, with their attendants.
les Auditeurs et les Réalisateurs Solitaires et encore plus, avec les entourages.

THỈNH CẦU PHẬT TRỤ THẾ - REQUEST TO REMAIN – REQUÊTE DE RESTER

བདག་དང་འགྲོ་ལ་ཐུགས་བརྩེའི་ཕྱིར། །ཉིད་ཀྱི་རྫུ་འཕྲུལ་མཐུ་ཡིས་ནི། །

dag dang dro la tug tseï chir,   nyid kyi dzu trül tu yi ni
Vì chư Thế Tôn thương xót đệ tử và mọi chúng sinh qua sức mạnh năng lực thần thông của chư vị,
Because of your love for me and sentient beings, through the force of your miraculous powers,
Par votre amour pour moi et tous les êtres, par la force de vos pouvoirs miraculeux,

ཇི་སྲིད་མཆོད་པ་བདག་བགྱིད་ན། །དེ་སྲིད་བཅོམ་ལྡན་བཞུགས་སུ་གསོལ། །

བཞུགས་སུ་གསོལ།

ji sid chöd pa dag gyid na,   de sid chom dän zhug su söl
Đệ tử xin thỉnh cầu chư vị luôn trụ thế, khi chúng con vẫn hằng cúng dường đến chư vị.
For as long as I make offerings (to you), Bhagavans, please remain.
Pour aussi longtemps que je continue de vous faire des offrandes, Bhagavans, je vous demande de demeurer.

དེ་ནས་ཕྱག་འཚལ་བ་ནས་བཟུང་ཡན་ལག་བདུན་པ་མཐར་དང་བཅས་ཏེ་ཕུལ་བའི།

THẤT CHI NGUYỆN – SEVEN-LIMBED PRAYER – PRIÈRES DE SEPT BRANCHES

(Sau đó, hành trì phần tụng Thất Chi Nguyện, bắt đầu bằng Đảnh Lễ, cùng với Cúng Dường Mạn Đà La)

(Then comes the offering of the 7-Limbed Prayer, beginning with Prostrations, together with the Mandala Offering).

(Et ensuite, faites les offrandes de 7 branches, commençant par les Prosternations, avec l'Offrande de Mandala).

1. Đảnh Lễ - Prostrations - Prosternations

Sang gyä tam chä dü päi ku,   Dor je dzin päi ngo wo nyi

Thân mầu nhiệm chứa toàn chư Phật, chính là tinh túy của đấng Kim Cang Trì,
Holy bodies encompassing all Buddhas, the very essence of the vajra-holder,
Vos corps sacrés entourant tous les Bouddhas, la vraie essence du détenteur-de-vajra

Kön chog sum gyi tsa wa te,   La ma nam la chag tsäl lo

Là cội rễ của Tam Bảo và của chư Tối Thượng, đệ tử xin đảnh lễ chư Bổn Sư.
The root of the Three Rare and Supreme Ones, I prostrate to the Gurus.
La racine des Êtres Suprêmes, possédant Trois Rares, je me prosterne devant les Gourous,

Gön po tug je che dän pa,   Tam chä kyen päi tön pa po

Đấng Hộ Pháp với lòng Đại Từ Bi, Bậc Toàn Trí Thiên Nhân Sư,
Protector endowed with great compassion, Omniscient Founding Teacher,
Protecteur doté de grande compassion, Le Maitre Fondateur Omniscient,

Sö nam yön tän gya tsöi zhing,   De zhin sheg la chag tsäl lo

Là ruộng công đức của biển đức hạnh, đệ tử xin đảnh lễ đấng Như Lai.
Merit Field of an ocean of good qualities, I prostrate to the Tathagata.
Champs de mérites de l'océan de bonnes qualités, je me prosterne devant le Tathagata.

དག་པའི་འདོད་ཆགས་བྲལ་བར་གྱུར། །དགེ་བས་ངན་སོང་ལས་གྲོལ་བ། །

Dag päi dö chag dräl war gyur, Ge wä ngän song lä dröl wa
Xa lìa chấp ngã nhờ lòng tịnh thánh, thoát ly khỏi ba nẻo dữ nhờ trì giới đức,
Separating from attachment through purity, freeing from bad migrations through virtue,
Se séparer de l'attachement grâce à la pureté, libéré des mauvaises migrations grâce aux vertus,

གཅིག་ཏུ་དོན་དམ་མཆོག་གྱུར་པ། །ཞི་གྱུར་ཆོས་ལ་ཕྱག་འཚལ་ལོ། །

Chig tu dön dam chog gyur pa, Zhi gyur chö la chag tsäl lo
Là giáo lý tối thượng duy nhất, đệ tử xin đảnh lễ Pháp bảo an hoà tâm.
The single supreme highest meaning, I prostrate to the pacifying Dharma.
L'unique enseignement suprême, la plus haute, je me prosterne devant le Dharma pacifiant,

གྲོལ་ནས་གྲོལ་བའི་ལམ་ཡང་སྟོན། །བསླབ་པ་དག་ལ་རབ་ཏུ་གནས། །

Dröl nä dröl wäi lam yang tön, Lab pa dag la rab tu nä
Bậc Giác Ngộ, và khai thị đạo giải thoát, an trụ vững chắc trong hành trì tịnh thánh,
Having been liberated, again showing liberation's path, firmly abiding in the pure trainings,
Étant libéré, et ensuite nous montrer la voie de libération, maintenir fermement dans les pratiques pures,

ཞིང་གི་དམ་པ་ཡོན་ཏན་ལྡན། །དགེ་འདུན་ལ་ཡང་ཕྱག་འཚལ་ལོ། །

Zhing gi dam pa yön tän dän, Gen dün la yang chag tsäl lo.
Là ruộng thánh chứa toàn giới hạnh, đệ tử cũng xin đảnh lễ trước Tăng bảo.
Holy field endowed with good qualities, I also prostrate to the Sangha.
Le champs sacré doté de bonnes qualités, je me prosterne devant le Sangha.

ལྷ་དང་ལྷ་མིན་ཅོད་པན་གྱིས། །ཞབས་ཀྱི་པདྨོ་ལ་བཏུད་ནས། །

Lha dang lha min chö pän gyi, Zhab kyi pe mo la tü nä
Chư Thiên, A Tu La khấu đầu, đảnh lễ dưới gót chân sen của ngài,
Gods and asuras with their crowns, bow down to your lotus feet.
Les dieux et les asuras avec leurs couronnes, se prosternent à vos pieds de lotus.

ཕོངས་པ་ཀུན་ལས་སྒྲོལ་མཛད་མ། །སྒྲོལ་མ་ཡུམ་ལ་ཕྱག་འཚལ་ལོ། །

Pong pa kün le dröl dzä ma, Dröl ma yum la chag tsäl lo
Trước đấng Giải Thoát mọi chúng sinh khỏi các nẻo dữ, trước Phật Độ Mẫu, đệ tử xin đảnh lễ,
To the one who liberates all beings from destitution, to Mother Tara, I pay homage.
A celle qui libère tous les êtres de la destitution, à la Mère Tara, je rends hommage.

ཇི་སྙེད་སུ་དག་ཕྱོགས་བཅུའི་འཇིག་རྟེན་ན། །

Ji nye su dag chog chüi jig ten na
Trước toàn vô lượng Chư Vị Sư Tử,
However many are all the Lions of Men,
Devant autant de Lions des Hommes,

དུས་གསུམ་གཤེགས་པ་མི་ཡི་སེང་གེ་ཀུན། །

Dü sum sheg pa mi yi seng ge kün
đã hạ sinh trong thế giới của mười phương và của ba đời,
who come to the worlds of the ten directions in the three times,
qui sont venus aux mondes de dix directions et des trois temps,

བདག་གིས་མ་ལུས་དེ་དག་ཐམས་ཅད་ལ། །ལུས་དང་ངག་ཡིད་དང་བས་ཕྱག་བགྱིའོ། །

Dag gi ma lü de dag tam chä la, Lü dang ngag yi dang wäi chag gyi o.
Trước tất cả chư vị, không ngoại lệ, đệ tử xin đảnh lễ với tín tâm, và với thân khẩu ý.
To all of them, without exception, I pay homage in faith, with body, speech, and mind.
À ceux tous, sans exception, je rends hommage en foi, avec les corps, parole et esprit.

Nguyện Phổ Hiền – Samanthabadra Vows – Vœux de Samanthabadra

བཟང་པོ་སྤྱོད་པའི་སྨོན་ལམ་སྟོབས་དག་གི །

Zang po chö päi mön lam tob dag gi
Vận dụng toàn lực hướng về giới hạnh,
With the strength of the aspiration of good conduct,
Avec la force d'aspiration à la bonne conduite,

རྒྱལ་བ་ཐམས་ཅད་ཡིད་ཀྱི་མངོན་སུམ་དུ །

Gyäl wa tam chä yi kyi ngön sum du
Khấu đầu trước hóa thân tâm linh của chư Thế Tôn,
Bowing to the mental manifestations of all the Conquerors,
S'inclinant devant les manifestations mentales de tous les Conquéreurs,

ཞིང་གི་རྡུལ་སྙེད་ལུས་རབ་བཏུད་པ་ཡིས། །རྒྱལ་བ་ཀུན་ལ་རབ་ཏུ་ཕྱག་འཚལ་ལོ །

Zhing gi dül nye lü rab tü pa yi,   Gyäl wa kün la rab tu chag tsäl lo
Thị hiện vô số thân, nhiều như các cực vi trong vũ trụ, đệ tử xin hoàn toàn đảnh lễ trước tất cả chư Thế Tôn,
With as many bodies as there are atoms in the world, I utterly prostrate to all the Conquerors.
Manifestant autant de corps que les atomes du monde, je me prosterne totalement devant tous les Conquéreurs.

རྡུལ་གཅིག་སྟེང་ན་རྡུལ་སྙེད་སངས་རྒྱས་རྣམས། །

Dül chig teng na dül nye sang gyä nam
Trong một cực vi là vô lượng chư Phật,
On a single atom are as many Buddhas as there are atoms,
Sur un atome, il y a autant de Bouddhas que les atomes qui existent,

སངས་རྒྱས་སྲས་ཀྱི་དབུས་ན་བཞུགས་པ་དག །

Sang gyä sä kyi ü na zhug pa dag
nhiều bằng cực vi, chung quanh mỗi vị là chư đệ tử (Bồ Tát):
each surrounded by their (Bodhisattva) sons.
chaque Bouddha est entouré de ses fils (Bodhisattvas).

དེ་ལྟར་ཆོས་ཀྱི་དབྱིངས་རྣམས་མ་ལུས་པ། །

De tar chö kyi ying nam ma lu pa
Đệ tử quán pháp giới vô tận cũng là như vậy,
Thus I visualize all spheres of phenomena,
C'est ainsi que je visualise tous les sphères de phénomènes,

ཐམས་ཅད་རྒྱལ་བ་དག་གི་གང་བར་མོས། །

Tam chä gyäl wa dag gi gang war mö
Không ngoại lệ, tràn ngập chư Thế Tôn.
without exception, as filled by the Conquerors.
sans exception, tous remplies des Conquéreurs.

དེ་དག་བསྔགས་པ་མི་ཟད་རྒྱ་མཚོ་རྣམས། །

De dag ngag pa mi zä gya tso nam
Với biển âm thanh tán thán chư Phật,
With inexhaustible oceans of praise to them,
Avec des océans inépuisables de louange devant eux,

དབྱངས་ཀྱི་ཡན་ལག་རྒྱ་མཚོའི་སྒྲ་ཀུན་གྱིས། །

Yang kyi yän lag gya tsöi dra kün gyi
Và biển vô tận lời chữ nhiệm mầu,
An ocean of the branches of speech and every sound,
Et avec un océan de branches de parole ainsi que chaque son,

རྒྱལ་བ་ཀུན་གྱི་ཡོན་ཏན་རབ་བརྗོད་ཅིང་། །

Gyäl wa kün gyi yön tän rab jö ching
Đệ tử tuyên dương tất cả mọi công đức của chư Thế Tôn,
I proclaim the qualities of all the Conquerors,
Je proclame les qualités de tous les Conquéreurs,

བདེ་བར་གཤེགས་པ་ཐམས་ཅད་བདག་གིས་བསྟོད། །

De war sheg pa tam chä dag gi tö
Và tán thán chư Phật hiện Niết Bàn.
And praise all Those Gone to Bliss.
Et je chante les louanges de tous Ceux Entrés dans la Félicité.

2. Cúng Dường– Offerings - Offrandes

མེ་ཏོག་དམ་པ་འཕྲེང་བ་དམ་པ་དང་། །

Me tog dam pa treng wa dam pa dang
Với hoa và vòng hoa tuyệt đẹp hơn cả,
With superb flowers and garlands,
Avec des fleurs superbe et des guirlandes,

སིལ་སྙན་རྣམས་དང་ཕྱུག་པ་གདུགས་མཆོག་དང་། །

Sil nyän nam dang jug pa dug chog dang
Âm nhạc, hương hoa, và tàn lọng bảo cái,
Cymbals, ointments, and finest parasols,
Cymbales, onguents, et des parasols les plus fins,

མར་མེ་མཆོག་དང་བདུག་སྤོས་དམ་པ་ཡིས། །རྒྱལ་བ་དེ་དག་ལ་ནི་མཆོད་པར་བགྱི། །

Mar me chog dang dug pö dam pa yi, Gyäl wa de dag la ni chö par gyi
Đèn đẹp cúng dường và hương thơm nhất,
đệ tử kính xin cúng dường chư Thế Tôn.
Supreme lamps and the best incense, I make offering to the Conquerors.
Des lampes suprêmes et les meilleurs encens, je fais des offrandes aux Conquéreurs.

ན་བཟའ་དམ་པ་རྣམས་དང་དྲི་མཆོག་དང་། །ཕྱེ་མ་ཕུར་མ་རི་རབ་མཉམ་པ་དང་། །

Na za dam pa nam dang dri chog dang, Che ma pur ma ri rab nyam pa dang
Y phục lộng lẫy, hương liệu thơm nhất, hương bột, hương đốt, bằng núi Tu Di,
With magnificent garments, superb scents, piles of aromatic powders equal to Mount Meru,
Avec des vêtements magnifiques, des parfums superbes, des piles de poudres aromatiques aussi grands que le Mont Mérou,

བཀོད་པ་ཁྱད་པར་འཕགས་པའི་མཆོག་ཀུན་གྱིས། །

Ko pa kyä par pag päi chog kün gyi
Bày biện tất cả đẹp trang nhã nhất,
And with all the best of exquisite arrangements,
Et avec les meilleurs arrangements les plus exquis,

Gyäl wa de dag la ni chö par gyi
Đệ tử kính xin cúng dường chư Thế Tôn.
I make offering to the Conquerors.
Je fais des offrandes aux Conquéreurs.

Chö pa gang nam la me gya che wa, De dag gyäl wa tam chä la yang mö
Với các phẩm vật cúng dường vô song và đầy tràn, quán tưởng dâng lên từng đấng Thế Tôn,
These offerings which are matchless and extensive, visualized also for every Conqueror,
Avec ces offrandes inégalées et vastes, aussi visualisées pour chaque Conquéreur,

Zang po chö la dä päi tob dag gi
Với sức mạnh tín tâm trong giới hạnh,
With the strength of faith in good conduct,
Avec la force de foi en éthique,

Gyäl wa kün la chag tsäl chö par gyi
Đệ tử kính xin đảnh lễ và cúng dường chư Thế Tôn.
I prostrate and make offerings to all the Conquerors.
Je me prosterne et fais des offrandes à tous les Conquéreurs.

Gyäl wa gya tsöi chö dzä lä drub päi
Cấu tạo từ biển phẩm vật cúng dường chư Thế Tôn,
Composed of an ocean of offering substances of the Conquerors,
Se compose d'un océan des substances d'offrande aux Conquéreurs,

ཞིང་ཁམས་རྒྱ་མཚོའི་མཆོད་ཡོན་རྒྱ་མཚོའི་ཚོགས། །

Zhing kam gya tsöi chö yön gya tsöi tsog
Một đoàn đại dương nước uống lấy từ biển cảnh giới,
A host of oceans of drinking water from an ocean of realms,
Une armée des océans d'eau potable provenant d'un océan des royaumes,

ཡོན་ཏན་རྒྱ་མཚོའི་རྒྱལ་བ་འཁོར་བཅས་ལ། །

Yön tän gya tsöi gyäl wa kor chä la
Cúng dường lên chư Thế Tôn với những biển giới hạnh, thị hiện cùng chư tôn tùy tùng,
To the Conquerors who have oceans of qualities, together with their retinues,
Devant les Conquéreurs qui possèdent des océans de qualités, ensemble avec ses entourages,

དད་པ་རྒྱ་མཚོས་འབུལ་ལོ་བཞེས་སུ་གསོལ། །

Dä pa gya tsö bül lo zhe su söl
Đệ tử cúng dường với biển tín tâm. Xin chư vị thọ nhận.
I offer with an ocean of faith. Please accept it.
Je vous offre un océan de foi. Je vous prie de l'accepter.

ཨོཾ་ཨཱརྱ་ཏཱ་རེ་ས་པ་རི་ཝཱ་ར་ཨརྒྷཾ་པྲ་ཏཱི་ཙྪ་སྭཱ་ཧཱ། །

Om Arya Tare sapariwara argham tratitsa soha
Om Arya Tare saparivara argham praticcha svaha

རྒྱལ་བ་རྒྱ་མཚོའི་མཆོད་རྫས་ལས་གྲུབ་པའི། །

Gyäl wa gya tsöi chö dzä lä drub päi
Cấu tạo từ biển phẩm vật cúng dường chư Thế Tôn,
Composed of an ocean of offering substances of the Conquerors,
Se compose d'un océan des substances d'offrande aux Conquéreurs,

ཞིང་ཁམས་རྒྱ་མཚོའི་ཞབས་བསིལ་རྒྱ་མཚོའི་ཚོགས། །

Zhing kam gya tsöi zhab sil gya tsöi tsog
Một đoàn đại dương nước rửa chân lấy từ biển cảnh giới,
A host of oceans of water for (bathing) the feet from an ocean of realms.
Une armée des océans d'eau pour bain des pieds, provenant d'un océan des royaumes,

ཡོན་ཏན་རྒྱ་མཚོའི་རྒྱལ་བ་འཁོར་བཅས་ལ། །

Yön tän gya tsöi gyäl wa kor chä la
Cúng dường lên chư Thế Tôn với những biển giới hạnh, thị hiện cùng chư tôn tùy tùng,
To the Conquerors who have oceans of qualities, together with their retinues,
Devant les Conquéreurs qui possèdent des océans de qualités, ensemble avec ses entourages,

དད་པ་རྒྱ་མཚོས་འབུལ་ལོ་བཞེས་སུ་གསོལ། །

Dä pa gya tsö bül lo zhe su söl
Đệ tử cúng dường với biển tín tâm. Xin chư vị thọ nhận.
I offer with an ocean of faith. Please accept it.
Je vous offre un océan de foi. Je vous prie de l'accepter.

ཨོཾ་ཨཱརྻ་ཏཱ་རེ་ས་པ་རི་ཝཱ་ར་པཱ་དྱཾ་པྲ་ཏཱི་ཙྪ་སྭཱ་ཧཱ། །

Om Arya Tare sapariwara pading tratitsa soha
Om Arya Tare saparivara padyam praticcha svaha

རྒྱལ་བ་རྒྱ་མཚོའི་མཆོད་རྫས་ལས་གྲུབ་པའི། །

Gyäl wa gya tsöi chö dzä lä drub päi
Cấu tạo từ biển phẩm vật cúng dường chư Thế Tôn,
Composed of an ocean of offering substances of the Conquerors,
Se compose d'un océan des substances d'offrande aux Conquéreurs,

ཞིང་ཁམས་རྒྱ་མཚོའི་མེ་ཏོག་རྒྱ་མཚོའི་ཚོགས། །

Zhing kam gya tsöi me tog gya tsöi tsog
Một đoàn đại dương các bông hoa lấy từ biển cảnh giới,
A host of oceans of flowers from an ocean of realms.
Une armée des océans de fleurs provenant d'un océan des royaumes,

ཡོན་ཏན་རྒྱ་མཚོའི་རྒྱལ་བ་འཁོར་བཅས་ལ། །

Yön tän gya tsöi gyäl wa kor chä la
Cúng dường lên chư Thế Tôn với những biển giới hạnh, thị hiện cùng chư tôn tùy tùng,
To the Conquerors who have oceans of qualities, together with their retinues,
Devant les Conquéreurs qui possèdent des océans de qualités, ensemble avec ses entourages,

དད་པ་རྒྱ་མཚོས་འབུལ་ལོ་བཞེས་སུ་གསོལ། །

Dä pa gya tsö bül lo zhe su söl
Đệ tử cúng dường với biển tín tâm. Xin chư vị thọ nhận.
I offer with an ocean of faith. Please accept it.
Je vous offre un océan de foi. Je vous prie de l'accepter.

ཨོཾ་ཨཱརྱ་ཏཱ་རེ་ས་པ་རི་ཝཱ་ར་པུཥྤེ་པྲ་ཏཱི་ཙྪ་སྭཱ་ཧཱ།

Om Arya Tare sapariwara püpe tratitsa soha
Om Arya Tare saparivara pushpe praticcha svaha

རྒྱལ་བ་རྒྱ་མཚོའི་མཆོད་རྫས་ལས་གྲུབ་པའི། །

Gyäl wa gya tsöi chö dzä lä drub päi
Cấu tạo từ biển phẩm vật cúng dường chư Thế Tôn,
Composed of an ocean of offering substances of the Conquerors,
Se compose d'un océan des substances d'offrande aux Conquéreurs,

ཞིང་ཁམས་རྒྱ་མཚོའི་བདུག་སྤོས་རྒྱ་མཚོའི་ཚོགས། །

Zhing kam gya tsöi dug pö gya tsöi tsog
Một đoàn đại dương các hương thơm lấy từ biển cảnh giới,
A host of oceans of incense from an ocean of realms
Une armée des océans d'encens provenant d'un océan des royaumes,

Yön tän gya tsöi gyäl wa kor chä la
Cúng dường lên chư Thế Tôn với những biển giới hạnh, thị hiện cùng chư tôn tùy tùng,
To the Conquerors who have oceans of qualities, together with their retinues,
Devant les Conquéreurs qui possèdent des océans de qualités, ensemble avec ses entourages,

Dä pa gya tsö bül lo zhe su söl
Đệ tử cúng dường với biển tín tâm. Xin chư vị thọ nhận.
I offer with an ocean of faith. Please accept it.
Je vous offre un océan de foi. Je vous prie de l'accepter.

Om Arya Tare sapariwara dupe tratitsa soha
Om Arya Tare saparivara dhupe praticcha svaha

Gyäl wa gya tsöi chö dzä lä drub päi
Cấu tạo từ biển phẩm vật cúng dường chư Thế Tôn,
Composed of an ocean of offering substances of the Conquerors,
Se compose d'un océan des substances d'offrande aux Conquéreurs,

Zhing kam gya tsöi nang säl gya tsöi tsog
Một đoàn đại dương các đèn sáng lấy từ biển cảnh giới,
A host of oceans of clear light from an ocean of realms
Une armée des océans de lumière claire provenant d'un océan des royaumes,

Yön tän gya tsöi gyäl wa kor chä la
Cúng dường lên chư Thế Tôn với những biển giới hạnh, thị hiện cùng chư tôn tùy tùng,
To the Conquerors who have oceans of qualities, together with their retinues,
Devant les Conquéreurs qui possèdent des océans de qualités, ensemble avec ses entourages,

Dä pa gya tsö bül lo zhe su söl
Đệ tử cúng dường với biển tín tâm. Xin chư vị thọ nhận.
I offer with an ocean of faith. Please accept it.
Je vous offre un océan de foi. Je vous prie de l'accepter.

Om Arya Tare sapariwara aloke tratitsa soha
Om Arya Tare saparivara aloke praticcha svaha

Gyäl wa gya tsöi chö dzä lä drub päi
Cấu tạo từ biển phẩm vật cúng dường chư Thế Tôn,
Composed of an ocean of offering substances of the Conquerors,
Se compose d'un océan des substances d'offrande aux Conquéreurs,

Zhing kam gya tsöi dri chab gya tsöi tsog
Một đoàn đại dương các nước hoa lấy từ biển cảnh giới,
A host of oceans of perfume from an ocean of realms
Une armée des océans de parfum provenant d'un océan des royaumes,

ཡོན་ཏན་རྒྱ་མཚོའི་རྒྱལ་བ་འཁོར་བཅས་ལ། །

Yön tän gya tsöi gyäl wa kor chä la
Cúng dường lên chư Thế Tôn với những biển giới hạnh, thị hiện cùng chư tôn tùy tùng,
To the Conquerors who have oceans of qualities, together with their retinues,
Devant les Conquéreurs qui possèdent des océans de qualités, ensemble avec ses entourages,

དད་པ་རྒྱ་མཚོས་འབུལ་ལོ་བཞེས་སུ་གསོལ། །

Dä pa gya tsö bül lo zhe su söl
Đệ tử cúng dường với biển tín tâm. Xin chư vị thọ nhận.
I offer with an ocean of faith. Please accept it.
Je vous offre un océan de foi. Je vous prie de l'accepter.

ཨོཾ་ཨཱརྱ་ཏཱ་རེ་ས་པ་རི་ཝཱ་ར་གནྡྷེ་པྲ་ཏཱིཙྪ་སྭཱ་ཧཱ། །

Om Arya Tare sapariwara gände tratitsa soha
Om Arya Tare saparivara gandhe praticcha svaha

རྒྱལ་བ་རྒྱ་མཚོའི་མཆོད་རྫས་ལས་གྲུབ་པའི། །

Gyäl wa gya tsöi chö dzä lä drub päi
Cấu tạo từ biển phẩm vật cúng dường chư Thế Tôn,
Composed of an ocean of offering substances of the Conquerors,
Se compose d'un océan des substances d'offrande aux Conquéreurs,

ཞིང་ཁམས་རྒྱ་མཚོའི་ཞལ་ཟས་རྒྱ་མཚོའི་ཚོགས། །

Zhing kam gya tsöi zhäl zä gya tsöi tsog
Một đoàn đại dương các thức ăn lấy từ biển cảnh giới,
A host of oceans of food from an ocean of realms,
Une armée des océans d'aliments provenant d'un océan des royaumes,

Yön tän gya tsöi gyäl wa kor chä la
Cúng dường lên chư Thế Tôn với những biển giới hạnh, thị hiện cùng chư tôn tùy tùng,
To the Conquerors who have oceans of qualities, together with their retinues,
Devant les Conquéreurs qui possèdent des océans de qualités, ensemble avec ses entourages,

Dä pa gya tsö bül lo zhe su söl
Đệ tử cúng dường với biển tín tâm. Xin chư vị thọ nhận.
I offer with an ocean of faith. Please accept it.
Je vous offre un océan de foi. Je vous prie de l'accepter.

Om Arya Tare sapariwara newidi tratitsa soha
Om Arya Tare saparivara naividya praticcha svaha

Gyäl wa gya tsöi chö dzä lä drub päi
Cấu tạo từ biển phẩm vật cúng dường chư Thế Tôn,
Composed of an ocean of offering substances of the Conquerors,
Se compose d'un océan des substances d'offrande aux Conquéreurs,

Zhing kam gya tsöi röl mo gya tsöi tsog
Một đoàn đại dương các nhã nhạc lấy từ biển cảnh giới,
A host of oceans of music from an ocean of realms
Une armée des océans de musique provenant d'un océan des royaumes,

ཡོན་ཏན་རྒྱ་མཚོའི་རྒྱལ་བ་འཁོར་བཅས་ལ། །

Yön tän gya tsöi gyäl wa kor chä la
Cúng dường lên chư Thế Tôn với những biển giới hạnh, thị hiện cùng chư tôn tùy tùng,
To the Conquerors who have oceans of qualities, together with their retinues,
Devant les Conquéreurs qui possèdent des océans de qualités, ensemble avec ses entourages,

དད་པ་རྒྱ་མཚོས་འབུལ་ལོ་བཞེས་སུ་གསོལ། །

Dä pa gya tsö bül lo zhe su söl
Đệ tử cúng dường với biển tín tâm. Xin chư vị thọ nhận.
I offer with an ocean of faith. Please accept it.
Je vous offre un océan de foi. Je vous prie de l'accepter.

Om Arya Tare sapariwara shapta tratitsa soha
Om Arya Tare saparivara shapta praticcha svaha

Cúng Dường Ngũ Căn – Offering the Five Sense Pleasures
Offrande de Plaisirs aux Cinq Sens

(Muốn cúng dường ngũ căn, hành giả tụng như phần cúng dường trước, nhưng thêm vào các câu 'hình sắc đẹp nhất v.v...', thay thế cho 'nước uống' v.v... hoặc tụng bài kệ sau.)
(To offer the five sense pleasures, one can use the above offering verse inserting 'supreme visual form,' etc. in place of 'drinking water,' etc. or use the following verses.)
(Pour offrir les plaisirs aux cinq sens, on peut utiliser le verset d'offrande précédent en insérant 'forme visuelle suprême' remplaçant 'eau potable' ect... ou utliser le verset suivant.)

བསོད་ནམས་ཞིང་དུ་གྱུར་པའི་སངས་རྒྱས་ལ། །

Sö nam zhing du gyur päi sang gyä la
Dâng lên chư Phật, chư vị là công đức điền,
To the Buddhas, who are the field of merit,
Aux Bouddhas, vous êtes le champs de mérite,

Nang la rang zhin me päi zug chog di
Hình sắc đẹp nhất, thị hiện, nhưng vẫn không có tự tánh, dâng lên
Supreme visual forms, which appear, though lack inherent existence,
Les formes visuelles suprêmes, qui apparaissent, bienque sans existence inhérente,

Nang tong yer me sem kyi bül lag na
Cúng dường, với tâm thức không phân lìa giữa hiện tướng và tánh không.
Are offered, with a mind of inseparable appearance and emptiness.
Sont offerte, avec un esprit inséparable entre apparence et vacuité.

Yer me de chen tug kyi zhe su söl
Xin chư vị thọ nhận với tâm thức không lìa đại hỷ lạc.
Please accept them with a mind inseparable from great bliss.
Je vous prie de les accepter avec un esprit inséparable de la grande félicité.

Om Arya Tare sapariwara rupa tratitsa soha
Om Arya Tare saparivara rupa praticcha svaha

Sö nam zhing du gyur päi sang gyä la
Dâng lên chư Phật, chư vị là công đức điền,
To the Buddhas, who are the field of merit,
Aux Bouddhas, vous êtes le champs de mérite,

Nang la rang zhin me päi dra nyän di
Thanh âm vi diệu, thị hiện, nhưng vẫn không có tự tánh, dâng lên
melodious sounds, which appear, though lack inherent existence,
Les sons mélodieux, qui apparaissent, bienque sans existence inhérente,

Nang tong yer me sem kyi bül lag na
Cúng dường, với tâm thức không phân lìa giữa hiện tướng và tánh không.
Are offered, with a mind of inseparable appearance and emptiness.
Sont offerte, avec un esprit inséparable entre apparence et vacuité.

Yer me de chen tug kyi zhe su söl
Xin chư vị thọ nhận với tâm thức không lìa đại hỷ lạc.
Please accept them with a mind inseparable from great bliss.
Je vous prie de les accepter avec un esprit inséparable de la grande félicité.

Om Arya Tare sapariwara shapta tratitsa soha
Om Arya Tare saparivara shapta praticcha svaha

Sö nam zhing du gyur päi sang gyä la
Dâng lên chư Phật, chư vị là công đức điền,
To the Buddhas, who are the field of merit,
Aux Bouddhas, vous êtes le champs de mérite,

Nang la rang zhin me päi dri chog di
Hương thơm tốt nhất, thị hiện, nhưng vẫn không có tự tánh, dâng lên
Supreme scents, which appear, though lack inherent existence,
Les fragrances suprêmes, qui apparaissent, bienque sans existence inhérente,

Nang tong yer me sem kyi bül lag na
Cúng dường, với tâm thức không phân lìa giữa hiện tướng và tánh không.
Are offered, with a mind of inseparable appearance and emptiness.
Sont offerte, avec un esprit inséparable entre apparence et vacuité.

ཟུར་མེད་བདེ་ཆེན་ཐུགས་ཀྱིས་བཞེས་སུ་གསོལ། །

Yer me de chen tug kyi zhe su söl
Xin chư vị thọ nhận với tâm thức không lìa đại hỷ lạc.
Please accept them with a mind inseparable from great bliss.
Je vous prie de les accepter avec un esprit inséparable de la grande félicité.

ཨོཾ་ཨཱརྱ་ཏཱ་རེ་ས་པ་རི་ཝཱ་ར་གྷནྡྷེ་པྲ་ཏཱི་ཙྪ་སྭཱ་ཧཱ། །

Om Arya Tare sapariwara gände tratitsa soha
Om Arya Tare saparivara gandhe praticcha svaha

བསོད་ནམས་ཞིང་དུ་གྱུར་པའི་སངས་རྒྱས་ལ། །

Sö nam zhing du gyur päi sang gyä la
Dâng lên chư Phật, chư vị là công đức điền,
To the Buddhas, who are the field of merit,
Aux Bouddhas, vous êtes le champs de mérite,

སྣང་ལ་རང་བཞིན་མེད་པའི་རོ་མཆོག་འདི། །

Nang la rang zhin me päi ro chog di
Vị giác tối thượng, thị hiện, nhưng vẫn không có tự tánh, dâng lên
Supreme tastes, which appear, though lack inherent existence,
Les goûts suprêmes, qui apparaissent, bienque sans existence inhérente,

སྣང་སྟོང་ཟུང་མེད་སེམས་ཀྱིས་འབུལ་ལགས་ན། །

Nang tong yer me sem kyi bül lag na
Cúng dường, với tâm thức không phân lìa giữa hiện tướng và tánh không.
Are offered, with a mind of inseparable appearance and emptiness.
Sont offerte, avec un esprit inséparable entre apparence et vacuité.

ཟུར་མེད་བདེ་ཆེན་ཐུགས་ཀྱིས་བཞེས་སུ་གསོལ། །

Yer me de chen tug kyi zhe su söl
Xin chư vị thọ nhận với tâm thức không lìa đại hỷ lạc.
Please accept them with a mind inseparable from great bliss.
Je vous prie de les accepter avec un esprit inséparable de la grande félicité.

ཨོཾ་ཨཱརྱ་ཏཱ་རེ་ས་པ་རི་ཝཱ་ར་ར་ས་པྲ་ཏཱི་ཙྪ་སྭཱ་ཧཱ།

Om Arya Tare sapariwara rasa tratitsa soha
Om Arya Tare saparivara rasa praticcha svaha

བསོད་ནམས་ཞིང་དུ་གྱུར་པའི་སངས་རྒྱས་ལ། །

Sö nam zhing du gyur päi sang gyä la
Dâng lên chư Phật, chư vị là công đức điền,
To the Buddhas, who are the field of merit,
Aux Bouddhas, vous êtes le champs de mérite,

སྣང་ལ་རང་བཞིན་མེད་པའི་རེག་མཆོག་འདི། །

Nang la rang zhin me päi reg chog di
các phẩm vật hữu hình tối thượng, hiển bày, nhưng vẫn không có tự tánh,
supreme tangible objects, which appear, though lack inherent existence,
les objets tangibles suprêmes, qui apparaissent, bienque sans existence inhérente,

སྣང་སྟོང་དབྱེར་མེད་སེམས་ཀྱིས་འབུལ་ལགས་ན། །

Nang tong yer me sem kyi bül lag na
dâng lên Cúng dường, với tâm thức không phân lìa giữa hiện tướng và tánh không.
Are offered, with a mind of inseparable appearance and emptiness.
Sont offerte, avec un esprit inséparable entre apparence et vacuité.

དབྱེར་མེད་བདེ་ཆེན་ཐུགས་ཀྱིས་བཞེས་སུ་གསོལ། །

Jer me de chen tug kyi zhe su söl
Xin chư vị thọ nhận với tâm thức không lìa đại hỷ lạc.
Please accept them with a mind inseparable from great bliss.
Je vous prie de les accepter avec un esprit inséparable de la grande félicité.

ཨོཾ་ཨཱརྱ་ཏཱ་རེ་ས་པ་རི་ཝཱ་ར་སྤརྵ་པྲ་ཏཱི་ཙྪ་སྭཱ་ཧཱ།།

Om Arya Tare sapariwara parsha tratitsa soha
Om Arya Tare saparivara sparsha praticcha svaha

HOÀN MÃN PHẦN CẦU NGUYỆN THẤT CHI – COMPLETION OF THE SEVEN-LIMB OFFERING – COMPLÉTEMENT DE LA PRIÈRE DE SEPT BRANCHES

Đến đây, hành giả trì tụng kỹ theo các câu kệ phần tùy hỉ, cầu chuyển pháp luân, cầu trụ thế và hồi hướng đồng thành Phật đạo chi nguyện.
Now, the limbs of rejoicing, urging to turn the wheel of Dharma, requesting not to pass beyond sorrow, and dedicating to Enlightenment should also be performed well in accordance with the words.
Maintenant, les branches de réjouissance, supplication de tourner la roue du Dharma, requête de ne pas passer au delà, et dédicace à l'Éveil doivent être accomplies en accord avec le texte.

3. Sám Hối Chi Nguyện - Limb of Confession – Branche de Confession

Sám hối tất cả những ác nghiệp và phạm giới đã làm trong quá khứ bởi chính mình hay các chúng sinh lân cận, với tâm niệm hối lỗi nhiều như khi đã trót uống phải độc dược, và trì tụng bài kệ sau để thệ nguyện quyết tâm không tái phạm sau đó, ngay cả khi phải hy sinh tánh mạng.
Confess all the negativities and transgressions accumulated in the past by oneself and all the surrounding sentient beings with a regret as great as that of having taken poison, and recite the following with a vowing consciousness determined not to create the negativities hereafter, even at the risk of one's life.
Confessez toutes les actions négatives et les transgressions des vœux qui ont été commises dans le passé par nous-même ou par les êtres sentants auprès de nous avec un regret aussi grand que si nous avons avalé du poison, et réciter les versets suivants avec une conscience déterminée et vouée à ne pas répéter ces actions négatives dans le futur, et ce même au risque de notre vie.

འདོད་ཆགས་ཞེ་སྡང་གཏི་མུག་དབང་གིས་ནི། །

Dö chag zhe dang ti mug wang gi ni
Vì bị sai sử bởi tâm tham ái, sân hận và si mê,
Under the influence of attachment, hatred, and ignorance,
Sous l'influence de l'attachement, la haîne, et l'ignorance,

ལུས་དང་ངག་དང་དེ་བཞིན་ཡིད་ཀྱིས་ཀྱང་། །

Lü dang ngag dang de zhin yi kyi kyang
(Qua) thân, khẩu và cả ý,
(Using) body, speech, and likewise mind,
(Utilisant) le corps, les paroles et aussi l'esprit,

སྡིག་པ་བདག་གིས་བགྱིས་པ་ཅི་མཆིས་པ། །

Dig pa dag gi gyi pa chi chi pa
Tất cả những ác nghiệp mà đệ tử đã phạm,
Whatever negativities I have committed,
Toutes les actions négatives que j'ai commis,

དེ་དག་ཐམས་ཅད་བདག་གིས་སོ་སོར་བཤགས། །

De dag tam chä dag gi so sor shag
Đệ tử xin sám hối từng thứ một.
I confess all these individually.
Je confess tous ceux-ci individuellement.

4. Tùy Hỷ Chi Nguyện - Limb of Rejoicing – Branche de Réjouissance

ཕྱོགས་བཅུའི་རྒྱལ་བ་ཀུན་དང་སངས་རྒྱས་སྲས། །

Chog chüi gyäl wa kün dang sang gyä sä
Trước (tất cả công đức của) chư Thế Tôn trong mười phương,
(The merits of) all the Conquerors of the ten directions,
(Les mérites de) tous les Conquéreurs des dix directions,

རང་རྒྱལ་རྣམས་དང་སློབ་དང་མི་སློབ་དང་། །

Rang gyäl nam dang lob dang mi lob dang
của chư Pháp Vương Tử, chư Duyên Giác, chư Thanh Văn, và các bậc Vô Học,
Buddhas' children, Solitary Realizers, Learners, and Those of No-More Learning,
les fils des Bouddhas, Réalisateurs Solitaires, les Auditeurs, et Ceux de Rien Plus à Apprendre,

འགྲོ་བ་ཀུན་གྱི་བསོད་ནམས་གང་ལ་ཡང་། །དེ་དག་ཀུན་གྱི་རྗེས་སུ་བདག་ཡི་རང་། །

Dro wa kün gyi sö nam gang la yang, De dag kün gyi je su dag yi rang
Và mọi chúng sinh – Có bao nhiêu công đức, Đệ tử xin hoan hỷ tất cả,
and all migrators - Whatever merits there are, I rejoice in all of them.
Et tous les migrateurs – Quelques soient les mérites accumulées, Je réjouis de tous cela.

5. Cầu Chuyển Pháp Luân chi nguyện - Limb of Urging – Branche de Supplication

གང་རྣམས་ཕྱོགས་བཅུའི་འཇིག་རྟེན་སྒྲོན་མ་དག །

Gang nam chog chüi jig ten drön ma dag
Cầu xin đến toàn chư vị giác đăng trong mười phương thế giới,
Whoever are lamps for the ten-direction worlds,
Tous ceux qui sont les lampes des mondes de dix directions,

བྱང་ཆུབ་རིམ་པར་སངས་རྒྱས་མ་ཆགས་བརྙེས། །

Jang chub rim par sang gyä ma chag nye
hoặc đến chư vị đạt toàn giác vô ngại trên con đường Giác Ngộ.
Who found unimpeded awakening on the stages to Enlightenment.
Ceux qui se sont éveillés sans obstacle sur les étapes de chemin de l'Éveil.

མགོན་པོ་དེ་དག་བདག་གིས་ཐམས་ཅད་ལ། །

Gön po de dag dag gi tam chä la
Đệ tử cầu xin chư vị Hộ Pháp trên,
I urge all those Protectors,
Je supplie tous ces Protecteurs,

འཁོར་ལོ་བླ་ན་མེད་པ་བསྐོར་བར་བསྐུལ། །

Kor lo la na me pa kor war kül
Chuyển bánh xe Pháp vô đẳng.
To turn the unsurpassed wheel (of Dharma).
À tourner la roue du Dharma sans égale.

6. Cầu Trụ Thế Chi Nguyện - Limb of Requesting – Branche de Requête

ཉ་ངན་འདའ་སྟོན་གང་བཞེད་དེ་དག་ལ། །འགྲོ་བ་ཀུན་ལ་ཕན་ཞིང་བདེ་བའི་ཕྱིར། །

Nya ngän da tön gang zhe de dag la, Dro wa kün la pän zhing de wäi chir

Đệ tử cầu xin chư vị có ý bát niết bàn, vì lợi ích và mang lại an lạc cho tất cả mọi chúng sinh,
I request those who intend to show their passing beyond sorrow, in order to benefit and bring happiness to all migrators,
Je fais la requête à ceux qui ont montré leurs intentions de passer au delà, dans le but de bénificier et d'apporter la bonheur à tous les migrateurs,

བསྐལ་པ་ཞིང་གི་རྡུལ་སྙེད་བཞུགས་པར་ཡང་། །

Käl pa zhing gi dül nye zhug par yang

Xin chư vị trụ thế hằng nhiều đại kiếp, nhiều như các nguyên tử trong sáu cõi.
To remain for as many eons as the atoms of the realms.
À rester pour autant des éons que les atomes dans les royaumes.

བདག་གི་ཐལ་མོ་རབ་སྦྱར་གསོལ་བར་བགྱི། །

Dag gi täl mo rab jar söl war gyi

Với hai tay chắp lại, tôn kính, đệ tử thỉnh cầu.
With my hands reverently folded I request this.
Avec mes mains joignées ensemble, Je fais cette requête.

7. Hồi Hướng Chi Nguyện - Limb of Dedicating – Branche de Dédicace

ཕྱག་འཚལ་བ་དང་མཆོད་ཅིང་བཤགས་པ་དང་། །

Chag tsäl wa dang chö ching shag pa dang

Qua hành trì đảnh lễ, cúng dường, và sám hối,
Through prostrating, offering, and confessing,
À travers la prosternation, l'offrande et la confession, la réjouissance,

Je su yi rang kül zhing söl wa yi
hoan hỷ, cầu chuyển pháp luân, cầu trụ thế,
rejoicing, urging and requesting,
supplication et requête,

Ge wa chung zä dag gi chi sag pa
Cho dù đệ tử có tích tụ được công đức nhỏ nào,
Whatever small virtue I have accumulated,
Quelque petite vertue que j'ai accumulé,

Tam chä dzog päi jang chub chir ngö o
Đệ tử cũng xin hồi hướng tất cả để đạt Giác Ngộ viên mãn.
I dedicate it all for the sake of complete Enlightenment.
Je dédie tous pour le but d'atteindre l'Éveil complet.

OFFERING THE MANDALA

Xin nguyện cho các ô trược của nghiệp và phiền não được tịnh hóa sạch và xin nguyện cho đệ tử được thấm nhuần dòng cam lộ của Bồ Đề Tâm.
May the impurities of karma and delusions be washed away and may I be moistened with the nectar of Bodhicitta.
Que les impuretés de karma et les délusions soient purifiées et puissé-je être arrosé par le nectar de Boddhicitta.

KỆ TỤNG MẠN ĐÀ LA DÀI - LONG MANDALA

Zhing kam bul war zhu, Om vajra bhumi ah hum, wang chen ser gyi sa zhi

(Cúng dường Mạn Đà La), ☐☐ Om bendza bhumi ah hum, đất này bằng vàng rực rỡ
(Mandala offering) Om bendza bhumi ah hum, mighty golden ground
(Offrande de mandala) Om bendza bhumi ah hum, cette terre en or puissante

Om vajra rekhe ah hum   chi chag ri kor yug gi kor wäi ü su

Om bendza rekhe ah hum   Vòng đai sắt bao vòng ngoài
Om bendza rekhe ah hum   Outer ring surrounded by iron fence
Om bendza rekhe ah hum   Un cercle de fer enceint le pourtour extérieur

rü gyäl po ri rab   shar lü pag po

- trung tâm - núi Sơn Vương - Tu Di, Đông: Đông Thắng Thần châu (Thắng Thân)
- Center: King of Mountains - Meru, East: Videha (Tall-body Land) continent,
- Au centre le Roi des Montagnes - le Mérou, À l'est: le continent Vidéha (Terre des Grands-Corps),

lho dzam bu ling   nub bar lang chö

Nam: Nam Thiệm Bộ châu (Diêm Phù Đề), Tây: Tây Ngưu Hóa châu,
South: Jambudvipa (Rose-Apple Land), West: Godaniya (Cattle-gift Land),
Au sud: Djamboudvipa (Terre de Pomme-Rose), À l'ouest Godaniya (Terre de Vache-Sacrée),

བྱང་སྒྲ་མི་སྙན། ལུས་དང་ལུས་འཕགས།

jang dra mi nyän ***lü dang lü pag***
Bắc: Bắc Cu Lô châu (Biên Châu), [Đông:] Thân & Thắng Thân,
North: Uttarakuru (Unpleasant Sounds), [The eastern minor continents]
(Body) Deha&(Tall-Body) Videha,
et au nord: Uttarakourou (Sons Déplaisants). [Les continents mineurs, À
l'est] (Corps) Deha&(Grands-Corps) Videha,

རྔ་ཡབ་དང་རྔ་ཡབ་གཞན། གཡོ་ལྡན་དང་ལམ་མཆོག་འགྲོ།

nga yab dang nga yab zhin, ***yo dän dang lam chog dro***
[Nam] Miêu Ngưu Châu & Thắng Miêu Ngưu Châu, [Tây] Xiểm Châu &
 Thượng Nghi Châu
[Southern] (Yak-Tail) Camara and (Western Yak Tail) Apara-Camara,
[Western] (Deceitful) Satha and (Travelling the Supreme Path) Uttara-
 mantrina,
[Au sud] (Queue de Yak) Camara et (Queue de Yak de l'Ouest) Apara-Camara,
[À l'ouest] (Decevant) Satha and (Voyage sur la Voie Suprême) Uttara-
 mantrina,

སྒྲ་མི་སྙན་དང་སྒྲ་མི་སྙན་གྱི་ཟླ། རིན་པོ་ཆེའི་རི་བོ།

dra mi nyän dang dra mi nyän gyi da ***rin po che ri wo***
[Bắc] Thắng Biên Châu & Hữu Thắng Biên Châu. Núi châu báu
[Northern] (Unpleasant Sounds) Kuvara and (Companion) Kaurava.
Treasure mountain,
[Au nord] (Sons Déplaisants) Kuvara and (Compagnon) Kaurava.
La précieuse montagne,

དཔག་བསམ་གྱི་ཤིང་། འདོད་འཇོའི་བ། མ་རྨོས་པའི་ལོ་ཏོག

pag sam gyi shing ***dö jöi ba*** ***mamö pa yi lo tog,***
cây như ý, bò như ý, vụ mùa không cần cầy cấy.
wish-granting tree, wish-granting cow unploughed harvest.
l'arbre exauçant les souhaits, la vache qui exauce les voeux, la moisson
 sans semailles.

kor lo rin po che *nor bu rin po che* *tzün mo rin po che*
Bánh xe quý, châu báu, hoàng hậu tôn quý,
Precious wheel, precious jewel precious queen
La précieuse roue, le précieux joyau, la précieuse reine,

lön po rin po che *lang po rin po che* *ta chog rin po che*
thừa tướng tôn quý, voi quý, ngựa quý,
precious minister, precious elephant, precious supreme horse,
le précieux ministre, le précieux éléphant, le précieux cheval,

mag pön rin po che *ter chen pö yi bum pa* *geg ma*
đại tướng tôn quý, bình trân báu lớn quý. Thiên nữ đẹp,
precious general, great treasure vase, goddesses of beauty,
le précieux général, le vase aux richesses inépuisables, les déesses de la beauté,

treng wa ma *lu ma* *gar ma* *me tog ma* *dug pö ma*
tràng hoa nữ, nhã nhạc nữ, vũ công nữ, hoa nữ, hương nữ,
of garlands, of song, of dance, of flowers, of incense,
des guirlandes, du chant, de la danse, des fleurs, de l'encens,

nang säl ma *dri chab ma* *nyi ma da wa* *rin po chei dug*
đăng nữ, hương thủy nữ. nhật, nguyệt, bảo cái mọi phương,
of light, of perfume. Sun, moon, umbrella of all precious things
        in every direction
de la lumière, des parfums. Le soleil, la lune, le parasol de précieux
        objets en toutes directions,

ཕྱོགས་ལས་རྣམས་པར་ རྒྱལ་བའི་རྒྱལ་མཚན། དབུས་སུ་ལྷ་དང་མིའི་དཔལ་འབྱོར

chog lä nam par,   gyäl wäi gyäl tsän   ü su lha dang mii päl jor
thắng phan,   ở chính giữa, toàn châu báu của chư thiên nhân,
the banner of victory   in the center, all wealth of gods and men,
la bannière de victoire au centre, tous les trésors des dieux et des hommes,

ཕུན་སུམ་ཚོགས་པ་མ་ཚང་བ་མེད་པ་གཙང་ཞིང་ཡིད་དུ་འོང་བ

pün sum tsog pa, ma tsang wa me pa, tsang zhing yi du wong wa
bộ sưu tập lộng lẫy,   không thiếu thứ gì,   đầy đủ và tuyệt diệu,
glorious collection,   lacking nothing,   complete and delightful,
la collection glorieuse, ce monde complet et magnifique où rien ne manque,

འདི་དག་དྲིན་ཆེན་རྩ་བ་དང་ བརྒྱུད་པར་བཅས་པའི་དཔལ་ལྡན་བླ་མ་དམ་པ

di dag drin chen tsa wa dang gyü par chä pä   päl dän lama dam pa
kính dâng (bổn sư) từ mẫn, cùng dâng lên dòng truyền thừa, lên chư Thánh Tổ diệu thắng,
to kind root (Lama),   together with lineage,   glorious holy Lamas and
je vous l'offre, Ô Lama-racine plein de bonté, ensemble avec la lignée et à vous aussi saints et glorieux Lamas et

རྣམས་དང་ ཁྱད་པར་དུ་ཡང་རྗེ་བཙུན་མ་འཕགས་མ་སྒྲོལ་མའི

nam dang kyä par du yang, je tsun ma pag ma dröl may
và cũng đặc biệt dâng lên   đức Độ mẫu tôn kính,
also in particular to   Venerable Tara,
particulièrement, à la   Vénérable Tara,

ལྷ་ཚོགས་འཁོར་དང་བཅས་པ་རྣམས་ལ་ཞིང་ཁམས་འབུལ་བར་བགྱིའོ།

lha tso kor dang chä pa nam la   zhing kam bül war gyio
cùng chư tôn hộ giá và chư hộ phật.   Đệ tử cúng dường cõi tịnh độ này
together with her entourage of deities,   I offer this pure land.
rassemblée avec son entourage de déités, Je vous offre cette terre pure.

ཐུགས་རྗེ་འགྲོ་བའི་དོན་དུ་བཞེས་སུ་གསོལ།

tug je dro wä dön du zhe su söl
Kính xin chư vị từ bi thọ nhận vì lợi ích mọi chúng sinh.
From your compassion, for living beings, accept what I offer.
Acceptez-le par compassion pour tous les êtres sentants.

བཞེས་ནས་ཀྱང་བདག་སོགས་འགྲོ་བ་མར་གྱུར

zhe nä kyang dag sog dro wa mar gyur
Và sau khi thọ nhận (phẩm vật cúng dường), kính xin chư vị từ mẫn,
And having accepted (these offerings), to myself and motherly beings,
Après avoir accepté (ces offrandes), pour moi-même et les êtres étant mes mères,

ནམ་མཁའི་མཐར་དང་མཉམ་པའི་སེམས་ཅན་ཐམས་ཅད་ལ

nam kä ta dang nyam päi sem chän tam chä la
giáo hóa cho đệ tử và cho mọi chúng sinh mẹ, rộng lớn như không gian,
equal to the extent of space, to all sentient beings,
aussi vaste que l'espace infinie, à tous les êtres sentants,

ཐུགས་བརྩེ་བ་ཆེན་པོས་སྒོ་ནས་གཟིགས་ཤིང་།

tug tse wa chen pö go nä zik shing
che chở hộ trì chúng con với lòng đại từ bi,
looking after (us) out of great kindness,
en prenant soin (de nous) de par votre grande compassion.

མཆོག་དང་མཐུན་མོང་གི་དངོས་གྲུབ་མ་ལུས་པ་སྩལ་དུ་གསོལ། །

chog dang tün mong gi ngö drub ma lü pa tsäl du sol
Xin ban cho chúng con mọi thành tựu thế gian và xuất thế.
Please bestow all supreme and mundane attainments.
Je vous prie de nous accorder toutes les réalisations suprêmes et mondaines.

ས་གཞི་སྤོས་ཀྱིས་བྱུགས་ཤིང་མེ་ཏོག་བཀྲམ། །

sa zhi pö kyi jug shing me tog tram
Mặt đất (của mạn đà la) này rải đầy hoa và thơm ngát hương trầm;
The ground (of the mandala) is strewn with flowers and scented with fragrances,
Cette terre (de ce mandala) est parsemée de fleurs et parfumée avec fragrances,

ri rab ling zhi nyi de gyän pa di
trang nghiêm với núi Tu Di, tứ bộ châu, mặt trời và mặt trăng:
it is adorned with Mount Meru, the four continents, the sun and the moon.
ornée du Mont Mérou, des quatre continents, du soleil et de la lune.

sang gyä zhing dü mig te bül war yi
xin dâng (mạn đà la này) lên toàn các cõi Phật quán tưởng và
By offering (this mandala) to the visualized Buddha fields
En offrant (ce mandala) aux champs de Bouddhas visualisées

dro kün nam dag zhing la chöd par shog
xin nguyện cho mọi chúng sinh hoan hỷ thọ cảnh giới thanh tịnh này.
may all livings being enjoy this pure realm.
puissent tous les êtres jouir de cette terre pure.

IDAM GURU RATNA MANDELA KAM NIRYATA YA MI

THỈNH PHẬT ĐỘ MẪU – INVITATION

Po ta la yi nä chok nä,   Tam yig jang gu lä trung shing

Từ cung điện tối thắng Phổ Đà Lạc Dạ, sinh ra từ chủng tự TAM mầu xanh lục,
From the supreme abode of the Potala, born from the green syllable TAM,
De la demeure suprême du Potala, née de la syllable verte TAM,

Ö pag me kyi u la gyän   Dü sum sang gyä trin lä ma

trang nghiêm hiện A Di Đà Phật trên đầu, là công hạnh của chư Phật trong ba đời,
adorned with Amitabha on your head, enlightened activity of the Buddhas of the three times,
Amitabha ornant votre tête, les activités illuminées des Bouddhas des trois temps,

Dröl ma kor chä sheg su söl   Lha dang lha min chö pän gyi

Độ Mẫu, kính xin ngài thị hiện cùng chư tùy tùng. Chư Thiên và A Tu La
Tara, I pray that you come together with your retinue. Gods and asuras with
Tara, je vous prie de venir, accompagnée de votre entourage. Les dieux et

Zhab kyi pe mo la tü de

khấu đầu, đảnh lễ dưới gót chân sen của ngài.
their crowns, bow down to your lotus feet.
les asuras avec leur couronnes se prosternent à vos pieds de lotus.

Phong pa kün lä dröl dzä ma   Dröl ma yum la chag tsäl lo

Trước đấng giải thoát mọi chúng sinh khỏi nẻo dữ, Đệ tử xin đảnh lễ Độ Mẫu.
To the one who liberates all beings from destitution, to Mother Tara, I pay homage.
À celle qui libère tous les êtres de la destitution. À Mère Tara, je rends hommage.

TÁN THÁN 21 VỊ HÓA THÂN ĐỨC ĐỘ MẪU - PRAISE TO 21 TARAS - HOMMAGES AUX VINGT-ET-UN TARAS

OM je tsün ma phag ma dröl ma la chag tsäl lo
OM - Đảnh lễ đấng Độ Mẫu tôn kính

OM, Homage to the Venerable Arya Tara

OM, Hommage à la vénérable Arya Tara

Chag tsäl dröl ma nyur ma pa mo   Chän ni kä chig log dang dra ma
Đảnh lễ đức Độ Mẫu,   bậc đại hùng thần tốc,   ánh mắt như tia chớp,
Homage to you, Tara, the swift heroine, whose eyes are like an instant flash of lightning,
Hommage devant Tara, la prompte salvatrice, l'intrépide dont les yeux étincellent comme l'éclair,

Jig ten sum gön chu kye zhäl gyi   Ge sar je wa lä ni jung ma
đản sinh từ nhụy sen,   trổ từ giọt nước mắt,
của Quan Âm Đại Sĩ,   là đấng đại cứu độ, của cả ba thế giới.
Whose water-born face arises from the blooming lotus, of Avalokiteshvara: protector of the three worlds.
Celle qui naquit au coeur d'un lotus flottant sur l'océan des larmes versées par Avalokiteshvara, le protecteur du triple monde,

Chag tsäl tön käi da wa kün tu   Gang wa gya ni tseg päi zhäl ma
Đảnh lễ đức Độ Mẫu,   khuôn mặt ngài tròn đầy,   như trăm vầng trăng thu.
Homage to you, Tara, whose face is like one hundred full autumn moons gathered together,
Hommage à vous, Tara, dont le visage brille comme cent pleines lunes dans le ciel d'automne.

Kar ma tong trag tshog pa nam kyi *Rab tu che wäi ö rab bar ma*
tỏa rạng ngời ánh sáng, của hàng ngàn thiên hà
Blazing with the expanding light of a thousand stars assembled.
Irradiant l'éblouissante lumière d'un millier d'amas stellaires.

Chag tsäl ser ngo chu nä kye kyi *Pä mä chag ni nam par gyän ma*
Đảnh lễ đức Độ Mẫu, đản sinh từ nhụy sen,
màu vàng tỏa ánh lục, tay trang nghiêm sen quí,
Homage to you, Tara, emitting golden-green lights, whose hands are beautifully adorned with lotus flowers,
Hommage à vous, Tara, qui brille de reflets verts-dorés, et dont les mains s'ornent de lotus aquatiques.

Jin pa tsön drü ka thub zhi wa *Zö pa sam tän chö yül nyi ma*
ngài là bậc hiện thân, của mọi hạnh siêu việt: bố thí và tinh tấn,
trì giới và nhẫn nhục, thiền định và trí tuệ, là pháp tu của ngài.
You who are the embodiment of giving, morality, patience, joyous effort, concentration, wisdom and all objects of practice.
Dont les champs d'activité sont la générosité, l'éthique, la patience, l'effort, la concentration, et la sagesse.

Chag tsäl de zhin sheg päi tsug tor
Đảnh lễ đức Độ Mẫu, là mũ miện cao quí,
Homage to you, Tara, the crown pinnacle of those thus gone,
Hommage à vous, Tara, l'oushnisha de tous les Tathagatas;

Ta yä nam par gyäl war chö ma
của mười phương Như Lai, hàng phục vô lượng ma,
whose deeds overcome infinite evils,
celle qui remporte des victoires sans limites,

Ma lü pha röl chin pa thob päi   *Gyäl wäi sä kyi shin tu ten ma*

viên mãn hạnh toàn hảo,   ngài là chốn nương dựa,
tất cả những người con,   của chư Phật Thế Tôn

Who have attained transcendent perfections without exception, and upon whom the sons of the Victorious Ones rely.

Ayant réalisé toute perfection transcendantale sans exception, celle qui est le refuge des fils des Victorieux,

Chag tsäl TUTTARA HUM yi ge   *Dö dang chog dang nam ka gang ma*

Đảnh lễ đức Độ Mẫu,   hai chủng tự nhiệm màu
TUTTARA và HUM,   ngài rót đầy ba cõi,   Dục, Sắc và Vô Sắc,

Homage to you, Tara, who with the letters TUTTARA HUM, fill the (realms of) desire, direction and space,

Hommage à vous, Tara, dont les lettres TUTTARA HUM, inondent de rayons les (royaumes du) désir, de la forme et du sans forme;

Jig ten dün po zhab kyi nän te   *Lü pa me par gug par nü ma*

đạp rung bảy thế giới,   nhiếp thọ khắp chúng sinh,

Whose feet trample on the seven worlds, and who are able to draw all the beings to you.

Du pied, elle foule les sept mondes et elle a le pouvoir d'invoquer tous les êtres sans exception.

Chag tsäl gya jin me lha tsang pa   *Lung lha na tshog wang chug chö ma*

Đảnh lễ đức Độ Mẫu,   là bậc mà chư Thiên: Đế Thích, Tích Lịch Thiên,
Phạm Thiên, Phong Lôi Thần,   và các bậc Đế Thiên,

Homage to you, Tara, venerated by Indra, Agni, Brahma, Vayu and Ishvara,

Hommage à vous, Tara, à qui Indra, Agni, Bhrama, Vayu, et Ishvara;

འབྱུང་པོ་རོ་ལངས་དྲི་ཟ་རྣམས་དང་། །གནོད་སྦྱིན་ཚོགས་ཀྱིས་མདུན་ནས་བསྟོད་མ། །

Jung po ro lang dri za nam dang Nö jin tshog kyi dün nä tö ma
đều hết lòng sùng kính;   cùng tất cả qủy thần: Khởi thi, Càn thát bà,
và cả loài Dạ xoa,   đều hết lòng tôn vinh,
Praised by the assembly of spirits, raised corpses, Ghandarvas and all yakshas.
Les fantômes, les zombis, les Ghandarvas, et les Yakshas chantent vos louanges.

ཕྱག་འཚལ་ཏྲཊ་ཅེས་བྱ་དང་ཕཊ་ཀྱིས། །ཕ་རོལ་འཕྲུལ་འཁོར་རབ་ཏུ་འཇོམས་མ། །

Chag tsäl TRAT che ja dang PHÄT kyi, Pha röl thrül kor rab tu jom ma
Đảnh lễ đức Độ Mẫu,   Với âm TRAT và PHÄT,
ngài phá hủy toàn bộ,   mọi luân xa huyễn thuật,
Homage to you, Tara, whose TRAD and PHÄT, destroy entirely the magical wheels of others.
Hommage à vous, Tara, qui, en s'écriant TRAT et PHÄT, écrase toutes les roues magiques hostile;

གཡས་བསྐུམས་གཡོན་བརྐྱངས་ཞབས་ཀྱིས་མནན་ཏེ། །

Yä kum yön kyang zhab kyi nän te
Đôi chân ngài nhấn xuống,   bàn chân phải co lại,   và chân trái duỗi ra,
With your right leg bent and left outstretched and pressing,
Avec la jambe gauche étendue et la droite repliée et en appuyant,

མེ་འབར་འཁྲུག་པ་ཤིན་ཏུ་འབར་མ། །

Me bar trug pa shin tu bar ma
ngài bốc cháy bừng bừng,   trong muôn trùng lửa xoáy.
You burn intensely within a whirl of fire.
furieusement elle est entourée de guirlandes de feu.

ཕྱག་འཚལ་ TURE འཇིགས་པ་ཆེན་མོ། །བདུད་ཀྱི་དཔའ་བོ་རྣམ་པར་འཇོམས་མ། །

Chag tsäl TURE jig pa chen mo Dü kyi pa wo nam par jom ma

Đảnh lễ đức Độ Mẫu, đấng đại hùng tôn kính,
với chủng tự TURE, diệt đội quân Ma vương,

Homage to you, Tara, the great fearful one, whose letter TURE destroys the mighty demons completely,

Hommage à vous, Tara, la grande effrayante, dont la lettre TURE terrasse complètement les champions de Mara;

ཆུ་སྐྱེས་ཞལ་ནི་ཁྲོ་གཉེར་ལྡན་མཛད། །དགྲ་བོ་ཐམས་ཅད་མ་ལུས་གསོད་མ། །

Chu kye zhäl ni tro nyer dän dzä Dra wo tam chä ma lü sö ma

Và gương mặt đóa sen, đầy oai thần phẫn nộ,
ngài quét sạch thù địch, không chừa sót một ai.

Who with a wrathful expression on your water-born face, slay all enemies without an exception.

D'une expression courroucée de son visage de lotus, elle supprime tous les ennemis sans exception;

ཕྱག་འཚལ་དཀོན་མཆོག་གསུམ་མཚོན་ཕྱག་རྒྱའི། །

Chag tsäl kön chog sum tsön chag gyäi

Đảnh lễ đức Độ Mẫu, tay trang nghiêm nơi tim,

Homage to you, Tara, whose fingers adorn your heart,

Hommage à vous, Tara, dont les doigts forment,

སོར་མོས་ཐུགས་ཀར་རྣམ་པར་བརྒྱན་མ། །

Sor mö thug kar nam par gyän ma

mang ấn kiết Tam Bảo, Tối Thượng và Tôn Quý,

with a Mudra of the Sublime Precious Three,

au coeur le Mudra des Trois Joyaux;

Ma lü chog kyi kor lö gyän päi *Rang gi ö kyi tshog nam trug ma*
cùng pháp luân trang nghiêm,   thân phóng toàn ánh sáng,
chiếu tỏa khắp mười phương,   không thiếu sót phương nào,
Adorned with a wheel striking all directions without exception, with the totality of your own rays of light.
Du chakra qui orne sa main se répandent dans toutes les directions, des flots de rayons lumineuses.

Chag tsäl rab tu ga wa ji päi *U gyän ö kyi treng wa pel ma*
Đảnh lễ đức Độ Mẫu,   đỉnh đầu ngài tỏa rạng,   nguồn ánh sáng tươi vui,
Homage to you, Tara, whose radiant crown ornament, joyful and magnificent, extends a garland of light,
Hommage à vous, Tara, qui rayonne de joie, couronnée d'un diadème qui émet des guirlandes de lumière,

Zhe pa rab zhä TUTTARA yi *Dü dang jig ten wang du dzä ma*
tiếng cười TUTTARA,   nở dòn tan rộn rã,
thu phục hết toàn bộ,   Ma vương cùng Thiên vương.
And who, by your laughter of TUTTARA, conquer the demons and all gods of the worlds.
Qui éclate de rire et par le son TUTTARA, soumet les démons et les dieux mondiaux.

Chag tsäl sa zhi kyong wäi tsog nam *Tam chä gug par nü ma nyi ma*
Đảnh lễ đức Độ Mẫu,   ngài triệu thỉnh tất cả,   chư hộ thần sở tại,
Homage to you, Tara, who are able to invoke, the entire assembly of local protectors,
Hommage à vous, Tara, qui a le pouvoir de rassembler, toutes les armées de protecteurs locaux;

ཁྲོ་གཉེར་གཡོ་བའི་ཡི་གེ་ཧཱུྃ་གིས། ཕོངས་པ་ཐམས་ཅད་རྣམ་པར་སྒྲོལ་མ། །

Tro nyer yo wäi yi ge HUM gi *Phong pa tam chä nam par dröl ma*
chủng tự HUM oai nộ, rung chuyển toàn thế giới,
cứu vớt khắp chúng sinh, thoát mọi cảnh bần cùng,
Whose wrathful expression fiercely shakes, rescuing the impoverished through the letter HUM.
Qui, par les expressions couroucées, ébranle, et affranchit de toute pauvreté avec la lettre HUM.

ཕྱག་འཚལ་ཟླ་བའི་དུམ་བུས་དབུ་བརྒྱན། །བརྒྱན་པ་ཐམས་ཅད་ཤིན་ཏུ་འབར་མ། །

Chag tsäl da wäi dum bü u gyän *Gyän pa tam chä shin tu bar ma*
Đảnh lễ đức Độ Mẫu, đỉnh đầu ngài trang nghiêm,
vầng trăng sắp độ rằm, điểm ngọc châu sáng chói,
Homage to you, Tara, whose crown is adorned, with the crescent moon, wearing ornaments exceedingly bright;
Hommage à vous, Tara, qui est coiffée d'un croissant de lune; et dont les parures ruissellent de lumière;

རལ་པའི་ཁྲོད་ན་འོད་དཔག་མེད་ལས། །རྟག་པར་ཤིན་ཏུ་འོད་རབ་མཛད་མ། །

Räl päi trö na ö pag me lä *Tag par shin tu öd rab dzä ma*
Từ trong lọn tóc ngài, là Phật A Di Đà,
phóng tỏa hào quang lớn, sáng vô lượng vô biên.
From your hair knot the Buddha Amitabha, radiates eternally with great beams of light.
De ses cheveux noués, le Bouddha Amitaba envoie un flot continu de faisceaux lumineux.

ཕྱག་འཚལ་བསྐལ་པའི་ཐ་མའི་མེ་ལྟར། །འབར་བའི་ཕྲེང་བའི་དབུས་ན་གནས་མ། །

Chag tsäl käl päi ta mäi me tar *Bar wäi treng wäi ü na nä ma*
Đảnh lễ đức Độ Mẫu, giữa vòng lửa cháy rực,
sánh bằng lửa hoại kiếp, ngài an định tự tại, với chân phải đưa ra,
Homage to you, Tara, who dwell within a blazing garland, that resembles the fire at the end of this world age;
Hommage à vous, Tara, qui est assise au milieu d'un halo flamboyant, comme le feu dévastateur de la fin d'un éon;

གཡས་བརྐྱང་གཡོན་བསྐུམ་ཀུན་ནས་བསྐོར་དགའི། །

Yä kyang yön kum kün nä kor gäi
và chân trái thu vào, hoan hỉ chúng đệ tử,
Surrounded by joy, you sit with right leg extended,
Avec sa jambe droite étendue et la gauche repliée,

དགྲ་ཡི་དཔུང་ནི་རྣམ་པར་འཇོམས་མ། །

Dra yi pung ni nam par jom ma
và diệt trừ hết thảy, mọi đội quân thù nghịch,
And left withdrawn, completely destroying all the masses of enemies,
elle est la joie de ses fidèles et la destruction des armées de leurs ennemis.

ཕྱག་འཚལ་ས་གཞི་ངོས་ལ་ཕྱག་གི། ། །ཏིལ་གྱིས་ནུན་ཅིང་ཞབས་ཀྱིས་བརྡུང་མ། །

Chag tsäl sa zhi ngö la chag gi　*Til gyi nün ching zhab kyi dung ma*
Đảnh lễ đức Độ Mẫu, với ánh mắt oai thần,
bàn tay vỗ mặt đất, và bàn chân trấn đạp,
Homage to you, Tara, with hand on the ground by your side, pressing your heel and stamping your foot on the earth;
Hommage à vous, Tara, qui écrase de la main la surface de la terre, et martèle du pied sur la terre;

ཁྲོ་གཉེར་ཅན་མཛད་ཡི་གེ་ཧཱུྂ་གིས། ། །རིམ་པ་བདུན་པོ་རྣམས་ནི་འགེམས་མ། །

Tro nyer chän dzä yi ge HUM gi　*Rim pa dün po nam ni gem ma*
cùng với chủng tự HUM, chinh phục bảy địa ngục,
With a wrathful glance from your eyes, you subdue all seven levels through the syllable HUM.
Qui, de son regard courroucé et par le pouvoir de la lettre HUM, soumet les sept enfers.

Chag tsäl de ma ge ma zhi ma *Nya ngän dä zhi chö yül nyi ma*
Đảnh lễ đức Độ Mẫu,   bậc đại hỉ đại đức,
là đối tượng hành trì,   đạt niềm vui niết bàn,
Homage to you, Tara, O happy, virtuous and peaceful one, the very object of practice, passed beyond sorrow.
Hommage à vous, Tara, qui est bienheureuse, vertueuse et sereine, dont les activités sont la sérénité du Nirvana;

SOHA OM dang yang dag dän pä *Dig pa chen po jom pa nyi ma*
với SOHA và OM,   ngài chiến thắng toàn bộ,   mọi tà ma ác quỉ,
You are the perfectly endowed with SOHA and OM, overcoming completely all the great evils.
Vous êtes parfaitement douée des sons SOHA et OM, vaincrant complètement tous les pires esprits malveillants.

Chag tsäl kün nä kor rab ga wäi *Dra yi lü ni nam par gem ma*
Đảnh lễ đức Độ Mẫu,   pháp luân ban hoan hỉ,
cho chúng sinh phúc lạc,   khuất phục mọi kẻ thù,
Homage to you, Tara, surrounded by the joyous ones, you completely subdue the bodies of all enemies;
Hommage à vous, Tara, entourée par les joyeux, vous maitrisez complètement les corps de tous les ennemis;

Yi ge chu päi ngag ni kö päi *Rig pa HUM lä dröl ma nyi ma*
Mười chủng tự trang nghiêm,   lời nói ngài màu nhiệm,
HUM, chủng tự trí tuệ,   phổ độ khắp chúng sinh,
Your speech is adorned with the ten syllables, and you rescue all through the knowledge-letter HUM.
Les dix syllables ornent vos paroles, et vous sauvez tous avec la lettre HUM omnisciente.

Chag tsäl TURE zhab ni dab pä *HUM gi nam päi sa bön nyi ma*
Đảnh lễ đức Độ Mẫu,   Ngài dậm chân mặt đất,
và tuyên ngôn TURE,   chủng tự mang sắc HUM,
Homage to you, Tara, stamping your feet and proclaiming TURE, your seed-syllable itself in the aspect of HUM,
Hommage à vous, Tara, qui frappe du pied, proclamant TURE, par le pouvoir de la lettre-semence HUNG;

Ri rab mandhara dang big jed *Jig ten sum nam yo wa nyi ma*
làm chấn động rung chuyển,   cả ba tầng thế giới,
cùng ba ngọn núi lớn,   Tu Di, Man-da-ra,   và núi Vin-dhy-a.
Cause Meru, Mandhara and Vindhya mountains, and all the three worlds to tremble and shake.
Vous faites trembler le Mont Meru, Mandara, Vindhya, ainsi que tous les trois mondes.

Chag tsäl lha yi tso yi nam päi *Ri dag tag chän chag na nam ma*
Đảnh lễ đức Độ Mẫu: trên tay là vầng trăng,
in bóng hình ngọc thỏ,   tựa ngân hà cõi thiên,
Homage to you, Tara, who hold in your hand, the hare-marked moon like the celestial ocean;
Hommage à vous, Tara, qui dans sa main tient une lune, ombrée d'une lièvre, pareille à l'océan céleste;

TARA nyi jö PHÄT kyi yi ge *Dug nam ma lü par ni sel ma*
Hai lần âm TARA,   cùng với chủng tự PHÄT,
Ngài khiến cho tất cả,   mọi chất độc tiêu tan,
By uttering TARA twice and the letter PHÄT, you dispel all poisons without exception.
En répétant deux fois TARA et aussi PHÄT, elle neutralise tous les poisons sans exception.

Chag tsäl lha yi tsog nam gyäl po   *Lha dang mi am chi yi ten ma*
Đảnh lễ đức Độ Mẫu,   là nơi chốn nương dựa,
của tất cả Thiên Vương,   chư Thiên, Khẩn Na la;
Homage to you, Tara, upon whom the kings of the assembled gods, the gods themselves and all probable-humans rely;
Hommage à vous, Tara, que les rois de l'assemblée des dieux, les dieux eux-mêmes, les kinnaras et les autres se réfugient;

Kün nä go cha ga wäi ji kyi   *Tsö dang mi lam ngän pa sel ma*
Khoác áo giáp lộng lẫy,   mang niềm vui trong sáng,
đến cho khắp mọi loài,   phá tan mọi ác mộng,   cùng với mọi chấp tranh,
Whose magnificent armour gives joy to all, you who dispel all disputes and bad dreams.
Portant une armure irradiant la joie de tous côtés elle apaise querelles et cauchemars.

Chag tsäl nyi ma da wa gyä päi   *Chän nyi po la ö rab säl ma*
Đảnh lễ đức Độ Mẫu,   với đôi mắt Nhật Nguyệt,   tỏa ánh sáng rạng ngời,
Homage to you, Tara, whose two-eyes - the sun and the moon - radiate an excellent, illuminating light;
Hommage à vous, Tara, dont les yeux sont illuminés comme l'éclat radieux du soleil et de la pleine lune;

HARA nyi jö TUTTARA yi   *Shin tu drag pöi rim nä sel ma*
ngài tuyên ngôn hai lần,   âm HARA và âm,
TUTTARA mầu nhiệm,   diệt tan dịch truyền nhiễm,
By uttering HARA twice and TUTTARA, you dispel all violent epidemic diseases.
En répétant HARA deux fois et aussi TUTTARA elle guérit les maladies les plus redoutables et aussi les épidémies.

ཕྱག་འཚལ་དེ་ཉིད་གསུམ་རྣམས་བཀོད་པའི། །ཞི་བའི་མཐུ་དང་ཡང་དག་ལྡན་མ། །

Chag tsäl de nyi sum nam kö pä   Zhi wäi tu dang yang dag dän ma
Đảnh lễ đức Độ Mẫu, trang nghiêm ba (chủng tự*) như như, sung mãn lực an định,
Homage to you, Tara, adorned by the three (syllables*) suchnesses, Perfectly endowed with the power of serenity,
Hommage à vous, Tara, ornée des trois (syllables*) ainsités (son corps, sa parole et son esprit) par la force de sa sérénité;

གདོན་དང་རོ་ལངས་གནོད་སྦྱིན་ཚོགས་རྣམས། །

Dön dang ro lang nö jin tsog nam
dẹp tan quân ác ma,   qủy khởi thi, Dạ xoa,
You who destroy the host of evil spirits, raised corpses and yakshas,
Vous êtes le vainqueur suprême des démons, des zombis et des yakshas,

འཇོམས་པ་ཏུ་རེ་རབ་མཆོག་ཉིད་མ། །

Jom pa TURE rab chog nyi ma
Trước TURE tuyệt bậc,   con chí thành đảnh lễ.
O TURE, most excellent and sublime!
O TURE, l'excellente et la sublime!

རྩ་བའི་སྔགས་ཀྱི་བསྟོད་པ་འདི་དང་། །ཕྱག་འཚལ་བ་ནི་ཉི་ཤུ་རྩ་གཅིག །

Tsa wäi ngag kyi tö pa di dang   Chag tshäl wa ni nyi shu tsa chig
Vậy đây là 21,   lời tán dương cúng dường,
đảnh lễ đức Độ Mẫu,   cùng chân ngôn của ngài.
Thus concludes this praise of the root mantra, and the offering of the twenty-one homages.
Voici la conclusion de cette louange du mantra-racine, et l'offrande des vingt et un hommages.

OM TARE TUTTARE TURE SOHA

---

* OM, AH, HUM

ལྷ་མོ་ལ་གུས་ཡང་དག་ལྡན་པའི། །བློ་ལྡན་གང་གིས་རབ་དང་བརྗོད་ཅིང་། །

Lha mo la gü yang dag dän pai   *Lo dän kang gi rab dang jö ching*
Ai trì tụng chú này,   mà sáng suốt sùng kính,
kiên cố phát tín tâm,   nơi Phật Độ Mẫu
Who recites it, wise and pious, full of faith towards the Goddess,
Celui qui récite (ces versets), sage et pieux, qui a un grand dévouement à la déité,

སྲོད་དང་ཐོ་རངས་ལངས་པ་བྱས་ནས། །དྲན་པས་མི་འཇིགས་ཐམས་ཅད་རབ་སྟེར། །

Sö dang to rang lang pa jä nä   *Dren pä mi jik tam chä rab ter*
Không bỏ quên hai thời,   buổi tối và rạng đông,
nhất định sẽ có được,   trọn vẹn tâm vô úy
And remembers it at evening, and at dawn on rising, it grants,
En s'élèvant la nuit et à l'aube pour les mémoriser, atteindra l'intrépidité complète,

སྡིག་པ་ཐམས་ཅད་རབ་ཏུ་ཞི་བྱེད། །ངན་འགྲོ་ཐམས་ཅད་འཇོམས་པ་ཉིད་དོ། །

Dig pa tam chä rab tu zhi je   *Ngän dro tam chä jom pa nyi do*
Nghiệp chướng đều tiêu tan,   giải trừ mọi ác nghiệp,   không đọa sinh nẻo dữ.
every fearlessness, quells all sins, and destroys all bad migrations.
Toutes les méchancetés sont apaisées, et sans reprendre naissance dans les royaumes inférieurs.

རྒྱལ་བ་བྱེ་བ་ཕྲག་བདུན་རྣམས་ཀྱིས། །མྱུར་དུ་དབང་ནི་བསྐུར་བར་འགྱུར་ལ། །

Gyäl wa je wa trak dün nam kyi   *Nyur du wang ni kur war gyur la*
Chư Thế Tôn nhiều bằng,   bảy mươi triệu chư vị,
sẽ thọ ký người ấy,   mau đạt thành thánh quả
Quickly he'll be consacreated by seven times ten million Conquerors
Il sera consacré rapidement, par les 70 millions Bouddhas,

འདི་ལས་ཆེ་བ་ཉིད་ནི་ཐོབ་ཅིང་། །སངས་རྒྱས་གོ་འཕང་མཐར་ཐུག་དེར་འགྲོ། །

Di lä che wa nyi ni tob ching   *Sang gyä go pang tar tug der dro*
Trở thành bậc tôn quí,   và cuối cùng thành tựu,   địa vị của Phật đà.
Thereby gaining greatness, he will reach at last the rank of Buddha.
Atteignant ainsi l'éminence, il procèdera à l'état ultime de la Bouddhéité.

དེ་ཡི་དུག་ནི་དྲག་པོ་ཆེན་པོ། །བརྟན་གནས་པར་གཞན་ཡང་འགྲོ་བ། །

De yi duk ni drag po chen po   *Ten nä pa am zhän yang dro wa*

Tất cả mọi độc tố,   thật là kinh khiếp nhất,
từ thú vật cỏ cây,   từ thiên nhiên đất đá,
The most dreadful poison, whether animal, or plant or mineral
Même les poisons les plus épouvantables, de l'animal, ou plante ou minéral,

ཟོས་པ་དང་ནི་འཐུངས་བ་ཉིད་ཀྱང་། །དྲན་པས་རབ་ཏུ་སེལ་བ་ཉིད་ཐོབ། །

Zö pa dang ni tung wa nyi kyang   *Dren pä rab tu sel wa nyi thob*

dù ăn lầm uống phải,   cũng không thể gây hại,
cho người luôn nhớ nghĩ,   trì tụng đức Độ Mẫu,   (những chủng tự của ngài),
whether he's devoured or drunk it, by remembering (these syllables), it is thoroughly neutralized.
Que ce soit avalé ou d'avoir bu, ils seront complètement neutralisés par le souvenir de ces syllables,

གདོན་དང་རིམས་དང་དུག་གིས་གཟིར་བའི། །

Dün dang rim dang dug gi zir wäi

Có công năng dứt khổ,   mọi đớn đau khổ não,
It completely stops the pain of,
Ayant le pouvoir d'arrêter la souffrance,

སྡུག་བསྔལ་ཚོགས་ནི་རྣམ་པར་སྤངས་ཏེ། །

Du ngäl tsog ni nam par pang te

đến từ nạn quỉ ma,   hay bệnh sốt, trúng độc,
those from spirits, fevers, poison,
affligée par les fantômes, fièvres, poison,

སེམས་ཅན་གཞན་པ་རྣམས་ལ་ཡང་ངོ་། །གཉིས་གསུམ་བདུན་དུ་མངོན་པར་བརྗོད་ན། །

Sem chän zhän pa nam la yang ngo   *Nyi sum dün du ngön par jöd na*

Cho mình hay cho người,   đều tan biến tất cả,
khi hành giả trì chú,   đủ hai, ba, bảy lần,
For oneself or for others, on reciting twice, three, sevens.
Pour soi-même ou pour les autres, quand on récite deux, trois ou sept fois,

Pu död pa nam pu tob gyur zhing   Nor död pä ni nor nam nyi thob

Cầu con sẽ được con,   cầu giàu sang phú quí,
sẽ phú quí sang giàu,   bất cứ tâm nguyện gì
By wishing for sons, he will obtain sons. By wishing for wealth, he will obtain wealth.
Se souhaitant un fils, il obtiendra le fils, Se souhaitant la fortune, il obtiendra la fortune.

Dö pa tam chän tob par gyur la

Cũng đều được như ý,
He will gain all that he desires
Tous les désirs seront exaucés,

Ge nam me ching so sor jom gyur chig

toàn bộ mọi chướng ngại,   đều tan biến không còn.
and there is no hindrance that can resist him.
et les obstacles seront éliminés.

KỆ THẤT CHI NGUYỆN CẦU PHẬT ĐỘ MẪU – SEVEN-LIMBED PRAYER TO TARA – PRIÈRE DE SEPT BRANCHES À TARA

Jet sün phag ma dröl ma dang   Chok chu dü sum zhug pa yi

Trước đức Độ Mẫu tôn kính,   và chư Thế Tôn cùng chư Pháp Vương Tử,
To venerable Tara and to all the Victorious Ones and their children,
À la vénérable Tara et aux Vainqueurs ainsi qu'à leurs enfants,

རྒྱལ་བ་སྲས་བཅས་ཐམས་ཅད་ལ། །ཀུན་ནས་དང་བས་ཕྱག་བགྱིའོ། །

Gyäl wa se chä tam chä la   *Kün nä dang wä chag gyi o*

trụ trong mười phương và ba đời, đệ tử kính xin đảnh lễ với tín tâm,

who abide in the ten directions and three times, with complete faith I prostrate.

qui demeurent dans les dix directions et les trois temps, je rends hommage avec une foi totale.

མེ་ཏོག་བདུག་སྤོས་མར་མེ་དྲི། །ཞལ་ཟས་རོལ་མོ་ལ་སོགས་པ། །

Me tog dug pö mar me dri   *Zhäl zä röl mo la sog pa*

Đệ tử kính xin cúng dường hoa, hương, đèn nến, nước thơm, thực phẩm, nhã nhạc và nhiều phẩm vật,

Flowers, incense, light, perfume, food, music and many other things.

J'offre des fleurs, de l'encens, de la lumière, des parfums, de la nourriture, de la musique et bien d'autres.

དངོས་བཤམས་ཡིད་ཀྱིས་སྤྲུལ་ནས་འབུལ། །

Ngö sham yi kyi trül nä bül

là các phẩm vật hiện thực hay là trong quán tưởng,

both in substance and with my visualization I offer.

et plusieurs choses réelles ou visualisées.

འཕགས་པའི་ཚོགས་རྣམས་བཞེས་སུ་གསོལ། །

Pak pay tsok nam zhe su söl

Kính xin chư vị tôn quý thọ nạp.

I ask the noble assembly to accept them.

Je requiers la noble assemblée de les accepter.

ཐོག་མ་མེད་ནས་ད་ལྟའི་བར། །མི་དགེ་བཅུ་དང་མཚམས་མེད་ལྔ། །

Tok ma me nä da täi bar   *Mi ge chu dang tsam me nga*

Từ vô thỉ cho đến nay, đệ tử đã tạo 10 nghiệp bất thiện và 5 tội đại nghịch, xin cho quả trỗ ngay bây giờ,

From time without beginning until now, the ten non-virtues and the five crimes which ripen immediately,

Depuis des temps sans commencement jusqu'à maintenant: j'ai commises les dix actions non-vertueuses et les cinq actes qui mûrissent immédiatement,

Sem ni nyön mong wang gyur pay   Dik pa tam chä shak par gyi
Những nghiệp ác mà đệ tử đã tạo do si mê phiền não. Đệ tử xin sám hối tất cả.
I have committed by the force of my delusions. All these negativities I confess.
Alors que j'étais sous l'influence de l'ignorance. Je confesse toutes ces mauvaises actions.

Nyän tö rang gyäl jang chub sem   So so che wo la sog pä
Trước chư Thanh Văn, Duyên Giác, Bồ Tát, và tất cả phàm nhân còn lại,
Shravakas, pratyekabuddhas, bodhisattvas and ordinary people and so on,
Les shravakas, les pratyekabouddhas, les Bodhisattvas, les gens ordinaires et ainsi de suite,

Dü sum ge wa chi sag pay   Sö nam la ni da yi rang
Đệ tử xin hoan hỷ tất cả các công đức, mà chư vị đã tích tụ qua ba đời.
Whatever merits they gather throughout the three times, I rejoice in (those) merits.
Pour chacune de leurs vertus accumulées à travers les trois temps, je me réjouis des mérites.

Sem chän nam kyi sam pa dang   Lo yi je drag ji ta war
Qua các phương tiện thiện xảo, khế hợp với căn cơ và ý nguyện của mỗi chúng sinh,
In ways that are suitable for the different aptitudes and motivations of living beings,
D'une façon qui conviennent aux différentes aptitudes et motivations des êtres vivants,

Che chung thün mong theg pa yi   Chö kyi kor lo kor du söl
Đệ tử xin cầu nguyện Pháp Luân thường chuyển, cho mọi pháp môn, Đại thừa, Tiểu Thừa và Phổ Thừa.
I pray for the wheel of Dharma to be turned, the Mahayana, the Hinayana and the Common Vehicle.
Je prie pour que tourne la roue du Dharma, le Mahayana et le Hinayana, et le Véhicule Composé.

Kor wa ji si ma tong bar   Nya ngän mi da tug je yi

Cho đến khi cõi Ta Bà chấm dứt, (đệ tử cầu xin chư Phật), qua lòng từ bi, trụ thế, không bát Niết Bàn,

Until samsara is emptied, (I ask the Buddhas), out of compassion, not to pass into nirvana

Jusqu'à l'épuisement du Samsara, (Je demande aux Bouddhas) de ne pas passer dans le Nirvana mais, dans leur grande compassion,

Duk ngäl gya tsor jing wa yi   Sem chän nam la zik su söl

Và xin dẫn dắt mọi chúng sinh, thoát trầm luân trong biển khổ.

(But) to look after all sentient beings, who are drowning in this ocean of sorrow.

Et de veiller sur tous les êtres, noyés dans cet océan de souffrance.

Dak gi sö nam chi sag pa   Tam chä jang chub gyur gyur nä

Xin nguyện cho tất cả các công đức tích tụ, trở thành nhân đạt quả Giác Ngộ cho mọi chúng sinh hữu tình.

May whatever merit I have accumulated, become a cause for the Enlightenment of all beings.

Puissent tous les mérites que j'ai accumulés, devenir une cause de l'Illumination de tous les êtres.

Ring por mi thog dro wa yi   Dren päi päl du da gyur chig

Không chậm trễ, hướng về mọi chúng sinh, nguyện cho đệ tử mau trở thành bậc đạo sư toàn hảo.

Without delay, for sentient beings, may I become a splendid leader.

Sans attendre, pour tous les êtres, puis-je devenir un maître splendide.

KỲ NGUYỆN - SUPPLICATION PRAYERS – PRIÈRE DE SUPPLICATION

བོད་དོན་ལ་གསོལ་བ་འདེབས་པ།

རྗེ་བཙུན་བཅོམ་ལྡན་འདས་མ་ཐུགས་རྗེ་ཅན། །

Je tsün chom dän dä ma tug je chän
Trước đấng Thế Tôn Từ Bi!
Holy blessed Compassionate One!
Devant la grande sainte Compassionnée sacrée!

བདག་དང་མཐའ་ཡས་སེམས་ཅན་ཐམས་ཅད་ཀྱི། །

Dag dang ta yä sem chän tam chä kyi
Đệ tử cầu nguyện đến ngài, cho con và vô lượng chúng sinh,
I pray to you, for myself and all limitless beings,
Je vous supplie, pour moi et pour tous les êtres sans limites,

སྒྲིབ་གཉིས་བྱང་ཞིང་ཚོགས་གཉིས་མྱུར་རྫོགས་ནས། །

Drip nyi jang zhing tsog nyi nyur dzog nä
tịnh hóa hai chướng ngại, viên mãn hai tích tụ (công đức) của chúng con,
cleanse our two obscurations, perfect our two accumulations
De nous purifier des deux obscurations, parfaire nos deux accumulations

རྫོགས་པའི་སངས་རྒྱས་ཐོབ་པར་མཛད་དུ་གསོལ། །

Dzog päi sang gyä thob par dzä du söl
và ban cho Phật quả tối thượng!
and let us attain perfect Buddhahood!
et de nous accorder la Bouddhéité parfaite!

དེ་མ་ཐོབ་ཀྱི་ཚེ་རབས་ཀུན་ཏུ་ཡང་། །   །ལྷ་དང་མི་ཡི་བདེ་བ་མཆོག་ཐོབ་ནས། །

De ma thob kyi tse rab kün du yang   Lha dang mi yi de wa chog thob nä
Cho đến khi thành tựu, qua tất cả các kiếp vị lai, đệ tử cầu xin ngài ban niềm vui cực lạc của chư thiên, nhân,
Until we attain it, through all our future lives, I pray you let us gain the highest bliss of gods and men.
Jusqu'à cette réalisation, au travers de nos vies futures, je vous prie de nous accorder la félicité suprême des dieux et des hommes,

ཐམས་ཅད་མཁྱེན་པ་བསྒྲུབ་པར་བྱེད་པ་ལ། །

Tam chä kyen pa drub par je pa la
Xin nguyện cho mọi chướng ngại ngăn che thành tựu toàn trí,
May obstacles to the accomplishment of omniscience,
Que les obstacles de la réalisation de l'omniscience et,

བར་ཆད་གདོན་བགེགས་རིམས་དང་ནད་ལ་སོགས། །

Bar chäd dön ge rim dang nä la sog
và các chướng ngại từ ma, quỷ, bệnh khổ, dịch tễ và tất cả,
hindrances from evil spirits, demons, diseases, epidemics and so on,
les obstacles des esprits, démons, maladies, épidémies, et ainsi,

དུས་མིན་འཆི་བར་གྱུར་པ་སྣ་ཚོགས་དང་། །

Dü min chi war gyur pa na tsog dang
tất cả các nguyên nhân gây sự chết phi thời,
the various things that make untimely death,
des causes variées de la mort indue,

རྨི་ལམ་ངན་དང་མཚན་མ་ངན་པ་དང་། །

Mi lam ngen dang tsen ma ngen pa dang
ác mộng, điềm gở và
nightmares, evil omens and
les cauchemars, les mauvaises présages et

འཇིགས་པ་བརྒྱད་སོགས་ཉེ་བར་འཚེ་བ་རྣམས། །

Jik pa gye sog nye war tse wa nam
tám nỗi kinh sợ, hay mọi tổn hại,
the eight great terrors, or any harm,
les huits grandes terreurs, ou autre danger,

མྱུར་དུ་ཞི་ཞིང་མེད་པར་མཛད་དུ་གསོལ། །

Nyur du zhi zhing me par dzä du söl
hoàn toàn được an hòa và bị tiêu trừ.
be quickly pacified and eliminated.
soient pacifiées rapidement et éliminées.

འཇིག་རྟེན་འཇིག་རྟེན་ལས་ནི་འདས་པ་ཡི། །

Jig ten jig ten lä ni dä pa yi
Đạt an lạc thế gian và hỷ lạc tối thượng siêu thế,
Mundane and supramundane sublime happiness,
La bonheur sublime, mondaine et supra mondaine,

བཀྲ་ཤིས་བདེ་ལེགས་ཕུན་སུམ་ཚོགས་པ་རྣམས། །

Tra shi de leg phün sum tsog pa nam
cầu cho mọi sự cát tường, tốt đẹp và may mắn,
the fullness of goodness and fortune,
la totalité de bonté et de la fortune,

འཕེལ་ཞིང་རྒྱས་པའི་དོན་རྣམས་མ་ལུས་པ། །

Pel zhing gyä päi dön nam ma lü pa
và mọi mục đích được phát triển và tăng trưởng,
in the augment and increase of all aims,
et tous les objectifs développés et augmentés,

འབད་མེད་ལྷུན་གྱིས་འགྲུབ་པར་མཛད་དུ་གསོལ། །

Bä me lhün gyi drub par dzä du söl
Đệ tử cầu xin ngài ban cho mọi điều trên dễ dàng, ngay bây giờ,
I pray you let us all effortlessly attain these all at once.
Je vous prie de nous accorder une réalisation sans effort et immédiate,

སྒྲུབ་ལ་བརྩོན་ཞིང་དམ་ཆོས་འཕེལ་བ་དང་། །

Drub la tsön zhing dam chö pel wa dang
Qua tinh tấn kỳ nguyện đến ngài, nguyện cho Phật Pháp nở rộ,
By my efforts at supplication to you, may the spread of Dharma,
Par cet effort de supplication à vous, que fleurisse le Dharma,

རྟག་ཏུ་ཁྱོད་སྒྲུབ་ཞལ་མཆོག་མཐོང་བ་དང་། །

Tag tu kyöd drub zhäl chog tong wa dang
và xin nguyện luôn chiêm ngưỡng khuôn mặt ngài, và
the sight of your most excellent face, and
la vision de votre face excellente, et

སྟོང་ཉིད་དོན་རྟོགས་བྱང་སེམས་རིན་པོ་ཆེ། །

Tong nyi dön to jang sem rin po che
Xin cho Bồ Đề Tâm, thấm nhuần trong Tánh Không,
The precious Bodhicitta which understands the meaning of Emptiness,
Que la Boddhicitta, qui comprends la signification de la vacuité,

ཡར་ངོའི་ཟླ་ལྟར་འཕེལ་ཞིང་རྒྱས་པར་མཛོད། །

Yar ngöi da tar pel zhing gyä par dzöd
tăng trưởng như vầng trăng non sắp lên rằm,
grow like the waxing moon.
augmente comme la lune en pleine croissante.

རྒྱལ་བའི་དཀྱིལ་འཁོར་བཟང་ཞིང་དགའ་བ་དེར། །

Gyäl wäi kyil kor zang zhing ga wa der
Trong mạn đà la đẹp và an lạc của các đấng Thế Tôn,
In the beauteous and joyous mandala of the Conquerors,
Dans cette mandala belle et joyeuse des Conquéreurs,

པདྨོ་དམ་པ་ཤིན་ཏུ་མཛེས་ལས་སྐྱེས། །

Pämo dam pa shin tu dze lä kye
nơi đó chúng con được đới sinh trong đóa sen đẹp và nhiệm mầu,
where we are born from a beautiful holy lotus,
d'où nous sommes nés dans un lotus magnifique et sacré,

སྣང་བ་མཐའ་ཡས་རྒྱལ་བས་མངོན་སུམ་དུ། །

Nang wa ta yä gyäl wä ngön sum du
hiện ra với toàn vô lượng chư Thế Tôn thị hiện,
appearing in the presence of limitless Conquerors,
apparaissant en présence des Conquéreurs sans limite,

ལུང་བསྟན་པ་ཡང་བདག་གིས་དེར་ཐོབ་ཤོག །

Lung tän pa yang dag gi der top shog
xin cho (chúng con) được thọ ký thành Phật vị lai
let us obtain a clear prophecy of (our) future Buddhahood.
laissez nous obtenir la prophétie de (notre) Bouddhéité future.

Dag gi tse rab ngön nä drup päi lha
Là vị Hộ Phật mà con đã cầu từ tất cả đời quá khứ,
The deity I have evoked in all my previous lives,
La deité que j'ai évoqué dans toutes mes vies antérieures,

Dü sum sang gyä kün gyi trin lä ma
là công hạnh của mọi chư Phật trong ba đời,
enlightened activity of all Buddhas of the three times,
l'activité éveillée de tous les Bouddhas des trois temps,

Ngo jang zhäl chig cha nyi nyur zhi ma
sắc xanh lam-lục với một mặt, hai tay, Đấng An Hòa!
blue-green one with one face, two arms, Quick Pacifier!
bleue-verte avec une face, deux bras, Pacificatrice Rapide!

Yum gyur ü pa nam päi tra shi shog
Mẹ cứu độ tay cầm đóa sen, ban toàn phép lành!
Mother who holds a lotus, make all auspicious!
Mère, qui tient un lotus, accorde toutes bonnes augures!

Gyel yum dröl ma kyed ku chi dra dang
Đấng Thế Tôn, Độ Mẫu, với thân ngài và
Victorious Mother, Tara, with your body and
Mère Victorieuse, Tara, avec votre corps et

Kor dang ku tsei tsä dang zhing kam dang
chư tôn tùy tùng, với thọ mạng và cõi Phật của ngài,
entourage, and lifespan and Buddha-field, and
votre entourage, durée de vie et champs de Bouddha, et

ཁྱེད་ཀྱི་མཚན་མཆོག་བཟང་པོ་ཅི་འདྲ་བ། །

Kyed kyi tsän chog zang po chi dra wa
Với các tướng quý, và như thế, xin nguyện cho đệ tử
Your excellent marks, just like that, may I and all
Vos signes excellents, juste tels quels sont, puissé-je

དེ་འདྲ་ཁོ་ནར་བདག་སོགས་འགྱུར་བར་ཤོག །

De dra ko nar dag sog gyur war shog
 (và mọi chúng sinh hữu tình) đạt được như ngài.
(sentient beings) become like you.
(et les êtres sentants) devenir comme vous.

ཁྱོད་ལ་བསྟོད་ཅིང་གསོལ་བ་བཏབ་པའི་མཐུས། །

Kyöd la tö ching söl wa tob päi tü
Nhờ oai lực tán thán và kỳ nguyện đến ngài,
By the power of praising you and supplicating,
Par la force des prières de louange à vous et de vous supplier,

བདག་སོགས་གང་དུ་གནས་པའི་ས་ཕྱོགས་དེར། །

Dag sog gang du nä päi sa chog der
cho chúng con và tất cả (chúng sinh hữu tình) khắp nơi,
for myself and all (sentient beings) everywhere,
pour moi et tous (les êtres sentants) de partout,

ནད་དང་དབུལ་ཕོངས་འཐབ་རྩོད་ཞི་བ་དང་། །

Nä dang ül pong tab tsöd zhi wa dang
Xin nguyện cho mọi bệnh tật, khốn khó, rủi ro và tranh chấp được an hòa,
May sickness, poverty, bad luck, and conflicts all be pacified,
Que les maladie, pauvreté, malchance et conflits soient pacifiés,

ཆོས་དང་བཀྲ་ཤིས་འཕེལ་བར་མཛད་དུ་གསོལ། །

Chö dang tra shi pel war dzä du söl
xin cho Phật Pháp và điều cát tường tăng trưởng!
and may the Dharma and good fortune increase!
et que le Dharma et la bonne fortune soient augmentés!

CÚNG DƯỜNG BÁNH TORMA - TORMA OFFERINGS – OFFRANDE DE TORMA

Om bendza amrita kun da li hana hana hum phät.

Om sobhawa shuddha sarwa dharma sobhawa shuddho ham. Tong pa nyi du gyur.

Tong päi ngang lä BHRUM lä rin po che nö yang shing gya che wäi nang du

Từ trong bản thể của Tánh Không (khởi ra) chủng tự BHRUM, (rồi lại hóa thành) bình châu báu lớn rộng bao trùm. Trong đó,

From the nature of Voidness (appears) a letter BHRUM, (which transforms into) a vast and expansive jeweled vessel. In it,

De la nature de la Vacuité (apparait) la lettre BHRUM, (qui transforme en) un vaisseau de joyaux vaste et expansif. À l'intérieur,

Torma zag pa me päi ye she kyi dü tsi gya tso chen por gyur
OM AH HUM (3x)
bánh torma nghi lễ cúng dường biến thành biển cam lộ trí tuệ vô nhiễm.
OM AH HUM (3x)
a torma ritual offering cake becomes an ocean of nectar of uncontaminated wisdom. OM AH HUM (3X)
un gateau de torma rituel se transforme en une océan de nectar de la sagesse immaculée. OM AH HUM (3x)

Je tsün mäi ja dor je yöd zer gyi bu gü tor mäi chüd tam chä drang te söl war gyur

Đấng Tôn Kính (Độ Mẫu) thu nhiếp toàn bộ tinh túy của bánh cúng dường torma qua ống hút làm bằng ánh kim cang quang.

Venerable (Tara) draws in the entire essence of the torma offering through a straw made of vajra light.

La vénérable Tara aspire la totalité de l'essence de l'offrande de torma via une paille faite de lumière vajra.

Om Arya Tare sapariwara idam balimta ka ka kahi kahi (3x)

Om Arya Tare Sapariwara argham, pa ding, püpe, dupe, aloke, gände, newidi, shapta tratitsa soha

Om Arya Tare sapariwara argham, padyam, pushpe, dhupe, aloke, gandhe, naividya, shapta praticcha svaha

Om Arya Tare với chư tôn tùy tùng, nước uống, nước rửa chân, hoa, hương, đèn, nước thơm, thực phẩm và nhã nhạc, đệ tử xin cúng dường.

Om Arya Tare with your entourage, drinking water, water for the feet, flowers, incense, lights, perfume, food and music, I offer to you.

Om Arya Tare avec votre entourage, l'eau potable, l'eau de bain de pieds, fleurs, encens, lumières, parfum, aliments et musique, je vous les offre.

བདུད་རྩི་རྒྱ་མཚོའི་མཆོད་གཏོར་འདི། །རྗེ་བཙུན་སྒྲོལ་མའི་ཚོགས་ལ་འབུལ། །

Dü tsi gya tsö chöd tor di   Je tsün dröl mäi tsog la bul

Bánh torma nghi lễ cúng dường, là biển cam lồ, đã cúng dường đến (ngài),
đấng tôn kính Độ Mẫu cùng chư tùy tùng.

This torma ritual offering, an ocean of nectar, was offered to (you),
Venerable Tara with your entourage.

Ce torma rituel d'offrande, une océan de nectar, a été offert à (vous),
Vénérable Tara avec votre entourage.

བཞེས་ནས་མཆོག་དང་ཐུན་མོང་གི། །དངོས་གྲུབ་མ་ལུས་རྩལ་དུ་གསོལ།

ཞེས་གསོལ་བ་གདབ།

Zhe nä cho dang tün mong gi   Ngö drub ma lü tsäl du söl

Sau khi nạp thọ, xin nguyện ngài ban cho (chúng con) đạt đến mọi thành
tựu tối thượng và thế gian.

Having accepted (it), may all supreme and mundane actual attainments be
granted (to us).

En ayant accepté (cela), puissez-vous (nous) accorder toutes les réalisations
actuelles, suprêmes et mondaines.

ནུ་འབུར་རབ་རྒྱས་ཟག་མེད་བདེ་བའི་གཏེར། །

Nu bur rab gyä zag me de wäi ter

Thân ngài chứa niềm hỷ lạc vô nhiễm với nhũ đầu tròn trịa,
Storehouse of uncontaminated bliss with full nipples,
Votre corps emmagasinné de félicité immaculée avec de pleins mamelons,

ཞལ་རས་ཟླ་བ་རྒྱས་པའི་འཛུམ་དཀར་ཅན། །

Shäl rä da wa gyä päi dzum kar chän

mỉm cười, sắc diện ngài như vầng trăng non sắp độ rằm,
smiling, your face like the waxing moon,
souriante, votre face est comme une lune croissante,

Zhi wäi nyam dän tug jei chän yang ma
Đôi mắt ngài tròn đầy an lạc của từ bi vô phân biệt,
Your wide eyes full of the peace of impartial compassion,
Vos yeux grands pleins de la paix de compassion impartiale,

Seng deng nag kyi dze ma chö la dü
thân ngài là hiện thân của Phật Cứu Khổ Cứu Nạn, là Phật bà rực rỡ trong rừng cây hồng mộc.
you embody Khardiravani, the beautiful lady of the rosewood forest.
vous incarnez le Khardiravani, la dame splendide du forêt des bois de rose.

CÚNG DƯỜNG BÁNH TORMA THỨ HAI - OFFERING THE SECOND TORMA – OFFRANDE DU DEUXIÈME TORMA

OM AH HUM (3x)

Om akaro mukham sarwa dharmanam adi anut pana tota

Om Ah Hum Phät Soha (3x) Om bendza argham, pande, püpe, dupe, aloke, gände, newidi, shapta tratitsa soha

བདུད་རྩི་རྒྱ་མཚོའི་མཆོད་གཏོར་འདི། །མཁའ་འགྲོ་ཆོས་སྐྱོང་ཚོགས་ལ་འབུལ། །

Dü tsi gya tsöi chö tor di   Khandro chö kyong tsog la bül

Sau khi nạp thọ bánh torma cúng dường này, là biển cam lộ, dâng lên chư vị, Thiên Nam, (Thiên Nữ) và chư Hộ Pháp,

Having accepted this torma offering cake, an ocean of nectar, presented to you, hosts of Dakas, (Dakinis) and Dharma Protectors,

Ayant accepté ce gateau d'offrande torma, une océan de nectar, présenté à vous, l'ensemble de Dakas, (dakinis) et les Protecteurs du Dharma,

བཞེས་ནས་ཞི་རྒྱས་དབང་དྲག་གི། །འཕྲིན་ལས་མ་ལུས་སྒྲུབ་ཏུ་གསོལ། །

Zhe nä zhi gyä wang drag gi   Trin lä ma lü drub tu söl

Xin chư vị hoàn mãn mọi thiện hạnh mang lại an lành, tăng tiến, năng lực và phẫn nộ.

Please carry out all enlightened activities of peace, increase, power and wrath.

Veuillez compléter les activités éveillées de la paix, l'accroissement, puissance et courroux.

བདག་སོགས་རྣམས་ཀྱི་ཆོས་དང་མཐུན་པའི་དོན། །

Dag sog nam kyi chö dang thün päi dön

Xin ban hộ trì của ngài giúp mọi sự tu tập dễ dàng phù hợp với Phật Pháp,

Please grant your blessings to facilitate all activities in accord with Dharma,

Veuillez nous donner vos bénédictions afin de faciliter toutes les activités en accord avec le Dharma,

ཇི་ལྟར་བསམ་པ་ཡིད་བཞིན་འགྲུབ་པ་དང་། །

Ji tar sem pa yid zhin drub pa dang

cho chúng con và cho mọi người, và giúp chúng con thành tựu nguyện ước,

for myself and others, and help us accomplish whatever we wish,

pour moi-même et pour les autres, et nous aider à réaliser nos souhaits,

ནད་གདོན་བགེགས་སོགས་བར་དུ་གཅོད་པའི་ཚོགས། །

Nä dön geg sog bar du chö päi tsog

Và nhanh chóng an hòa mọi tổn hại, bệnh tật,

And to quickly pacify all who cause harm, illnesses,

Et de manière à pacifier rapidement tout ce qui nous inflige, maladies,

Nye war zhi war jin gyi lab tu söl
Tà ma và toàn bộ ám chướng.
evil spirits and hosts of interferers.
esprits malveillants, et des armées d'interférences.

CÚNG DƯỜNG BÁNH TORMA THỨ BA - OFFERING THE THIRD TORMA – OFFRANDE DU TROISIÈME TORMA

Om bendza amrita kun da li hana hana hum phät.
Om sobhawa shuddha sarwa dharma sobhawa shuddho ham. Tong pa nyi du gyur.

Tong päi ngang lä BHRUM lä rin po che nö yang shing gya che wä nang du
Từ trong bản thể của Tánh Không (khởi ra) chủng tự BHRUM, (rồi lại hóa thành) bình châu báu lớn rộng bao trùm. Trong đó,
From the nature of Voidness (appears) a letter BHRUM, (which transforms into) a vast and expansive jeweled vessel. In it,
De la nature de la Vacuité (apparait) la lettre BHRUM, (qui transforme en) uu vaisseau de joyaux vaste et expansif. À l'intérieur,

ཨོཾ་ཡོད་དུ་ཞུ་བ་ལས་བྱུང་བའི་གཏོར་མ་དཀར་གསུམ་མངར་གསུམ་ཟག་པ་མེད་པའི་ཡེ་ཤེས་ཀྱི་བདུད་རྩིའི་རྒྱ་མཚོ་ཆེན་པོར་གྱུར། ཨོཾ་ཨཱཿཧཱུྃ། །ལན་གསུམ།

Om yöd du zhu wa lä jung wäi tor ma kar sum ngar sum zag pa me päi ye she kyi dü tsi gya tso chen por gyur. Om Ah Hum. (3x)

chủng tự OM tan thành ánh sáng và hóa thành bánh torma nghi lễ cúng dường làm bằng 3 món màu trắng và 3 vị ngọt, tất cả hóa thành biển cam lộ của trí tuệ vô nhiễm.   OM AH HUM (3x)

The letter OM melts into light and transforms into a torma ritual offering cake made of 3 whites and 3 sweets, which becomes an ocean of nectar of uncontaminated wisdom.   OM AH HUM (3x)

La lettre OM se dissout en lumière et se transformer en un gateau de torma rituel d'offrande composé de 3 subtances blanches, 3 sucrés, le tout devient une océan de nectar de sagesse immaculée. OM AH HUM (3x)

ན་མཿ་སརྦ་ཏ་ཐཱ་ག་ཏ་ཨ་བ་ལོ་ཀི་ཏེ་ཨོཾ་སམྦྷ་ར་སམྦྷ་ར་ཧཱུྃ། །ཞེས་ལན་གསུམ།

Nama sarwa tathagata awalokite OM sambhara sambhara HUM (3x)*

བཅོམ་ལྡན་འདས་དེ་བཞིན་གཤེགས་པ་རྒྱལ་བ་རིན་ཆེན་མང་ལ་ཕྱག་འཚལ་ལོ། །

Chom dän dä de zhin sheg pa gyäl wa rin chen mang la chag tsäl lo
Đệ tử cúi xin đảnh lễ bậc Thế Tôn Đa Bảo Như Lai,
I prostrate to the Bhagavan, Tathagata Many Jewelled One (Bahuratna),
Je me prosterne devant le Bhagavan, Tathagata, Le Nombreux Joyaux (Bahuratna),

དེ་བཞིན་གཤེགས་པ་གཟུགས་མཛེས་དམ་པ་ལ་ཕྱག་འཚལ་ལོ། །

De zhin sheg pa zug dze dam pa la chag tsäl lo
Đệ tử cúi xin đảnh lễ đấng Thánh Hảo Sắc Thân Như Lai,
I prostrate to Tathagata Holy Beautiful Form (Varasurupa),
Je me prosterne devant le Tathagata La Forme Magifique Sacrée (Varasurupa),

---

* Đây là biến thực chân ngôn: Nam Mô Tát Phạ Đát Tha Nga Đa Phạ Lỗ Chỉ Đế. Án Tam Bạt Ra Tam Bạt Ra Hồng.

De zhin sheg pa ku jam lä la chag tsäl lo
Đệ tử cúi xin đảnh lễ đấng Tôn Quý Sắc Thân Như Lai (Parantakaya),
I prostrate to Tathagata Very Gentle Body (Parantakaya),
Je me prosterne devant le Tathagata Le Corps Très Gentil (Parantkaya),

De zhin sheg pa jig pa tam chä dang dräl wa la chag tsäl lo
Đệ tử cúi xin đảnh lễ đấng Vô Úy Như Lai (Sarvabhayashri).
I prostrate to Tathagata Free From All Fear (Sarvabhayashri).
Je me prosterne devant le Tathagata Le Libéré de Toute Crainte (Sarvabhayashri).

Pun tsog död yön nga dän päi   Dü tsi gya tsöi tor ma di
Gồm đủ 5 căn thức toàn hảo, bánh torma này, là biển cam lộ,
Endowed with the 5 perfect sense objects, this torma, an ocean of nectar,
Doué de 5 sens d'objets parfaits, ce torma, une océan de nectar,

Sa yi lha mo ten ma sog   Tong sum zhi dag tsog nam dang
Trước Tenma, vị nữ địa thần, và chư Địa thần của tam thiên Thế giới, đệ tử xin cúng dường.
To Tenma, goddess of the earth and the host of Landowners of the 3000 Worlds, I offer.
Devant Tenma, la déesse de cette terre, et devant l'armée des Seigneurs de terre des 3000 Mondes, je fais des offrandes,

Tse ring che nga tän kyong chä   Gang chän nä pa tam chä dang
Trước 5 vị chị em Thiên nữ trường thọ, và chư hộ thần an định trụ tại nước Tây Tạng,
To the 5 sister goddesses of long life and all protectors of stability who reside in Tibet,
Devant 5 soeurs déesses de long vie, et tous les protecteurs de stabilité qui résident au Tibet,

༄༅། །ཁྱད་པར་ཡུལ་ཕྱོགས་འདི་ཉིད་ཀྱི། །ཡུལ་ལྷ་གཞི་བདག་རྣམས་ལ་འབུལ། །

Kye par yül cho di nyi kyi   Yül lha zhi dag nam la bül

Và nhất là cho chính nơi đây, dâng chư thiên và Địa thần sở tại, đệ tử xin cúng dường,
And especially to this very region's Local gods and landowners, I offer.
Et spécialement pour cette région même, Aux dieux locaux et aus seigneurs de terre, je fais des offrandes,

Zhe nä dag dang yön chö kün   Lä dang ja wa chi jye kyang

Sau khi nạp thọ, cho đệ tử và cho tất cả các thí chủ, đối với tất cả các hành nghiệp mà chúng con đã tạo,
Having accepted, for myself and all benefactors, for whatever actions we perform,
Ayant accepté, pour moi-même et pour tous les bienfaiteurs, quelque soit les actions que nous avons accompli,

Ko long trag dog ma zäd par   Tün kyen yid zhin drub par dzöd

Không phiền não hay đố kỵ, xin ban cho chúng con mọi thuận duyên như ước muốn,
Without annoyance or jealousy, please gather all conducive conditions as we wish.
Sans contrariété ou jalousie, veuillez nous accorder toutes les conditions propices que nous souhaitons,

Dag gi sam päi tob dang ni   De zhin she päi jin tob dang

Qua oai lực của tư tưởng, và oai lực hộ trì của chư Như Lai,
By the power of my thoughts, by the power of the blessings of the Tathagatas,
Par la force de mes pensées, et la force des bénédictions des Tathagatas,

Chö kyi ying kyi tob nam kyi   Dön nam gang dag sam pa kün

Và oai lực của vòm chân tánh, xin cho tất cả các mục đích chúng con ước muốn,
And by the power of the sphere of reality, may any purpose we desire,
Et par la force de la sphère de la réalité, puissent les buts que nous désirons,

De dag tam chä chi rig pa   Tog pa me par jung gyur chig
Tất cả, bất kỳ chuyện gì, đều được thành tựu, không bị cản trở.
All whatsoever, be realized without obstruction.
Tous, quoi que ce soit, se réaliser sans obstruction.

CHÚ TỊNH HÓA - PURIFICATION MANTRA – MANTRA DE PURIFICATION

Om Pema Satto samaya manupalaya Pema Satto teno patita, dridho me bhawa
Om Padmasattva samaya manupalaya Padmasattva tvenopatishtha,
dridho me bhava
Om Padmasattva, xin hộ trì cho giới nguyện, Padmasattva, xin nâng đỡ con,
xin trụ an định trong con
Om Padmasattva, protect my commitment, Padmasattva, may I be upheld by you,
remain firmly with me
Om Padmasattva, protegez mon engagement Padmasattva, rendez-moi ferme,
résidez en moi,

suto kayo me bhawa supo kayo me bhawa anurakto me bhawa, sarwa siddhi me trayatsa
sutoshyo me bhava suposhyo me bhava anurakto me bhavasarva siddhi me prayaccha
xin hoan hỷ cùng con, xin an lạc cùng con, xin thương xót chúng con, ban cho con mọi thành tựu dũng mãnh
may you be pleased with me, may you be happy with me have affection for me bestow on me all powerful attainments
soyez satisfaits de mes actions, soyez content de mes actions, ayez de l'affection pour moi, accordez-moi tous les siddhis

sarwa karma sutza me tsitam shriyam kuru HUM HA HA HA HA HOH

sarva karma suca me cittam shriyam kuru hum ha ha ha ha hoh

Xin chuyển hóa con làm điều lành, Chuyển hóa tâm thức con tốt đẹp, Ha Ha Ha Ha Hoh (biểu tượng của 5 loại chánh niệm ban sơ)

Make all my actions good, Make my mind most glorious, HUM, Ha Ha Ha Ha Hoh (symbol of the 5 types of pristine awareness)

Rendez mes actions vertueux, Rendez également mon esprit vertueux dans toutes mes actions, Hum, Ha Ha Ha Ha Hoh, (symbol des 5 types de conscience primitive)

bhagawan sarva tathagata pema ma me muntsa pema bhawa maha samaya satto

bhagavan sarva tathagata padma ma me munca padma bhava maha samaya sattva

đấng Minh Hạnh Túc, Chiến Thắng Vương, đóa sen của tất cả Như Lai, xin đừng bỏ con, đấng Liên Hoa, đấng đại nguyện,

Endowed, Transcendent Destroyer, Lotus of all Ones Thus Gone, do not abandon me, Lotus being, great commitment being

Vainqueur transcendant, qualifié, Lotus de tous les Tathagatas Bénis, ne m'abandonnez pas, Être de Lotus, Grand Être d'Engagement

AH HUM PHÄT

SÁM HỐI – REQUEST FOR FORBEARANCE – REQUÊTE DE PARDON

ཨ་འབྱོར་བ་དང་ཉམས་པ་དང་། །གང་ཡང་བདག་རྨོངས་བློ་ཡིས་ནི། །

ma jor wa dang nyam pa dang   gang yang dag möng lo yi ni

Tất cả những ác nghiệp do đệ tử tạo ra hoặc sai khiến người khác làm, vô tình sai phạm hay cố ý tạo,

Whatever I have done or caused to be done, that was unprepared or degenerated or

Tout ce que j'ai pu faire ou dont j'en étais la cause, qui était inapprêté ou dégénéré ou encore

བགྱིས་པ་དང་ནི་བགྱིད་སྩལ་གང་། །དེ་ཡང་བཟོད་པར་མཛད་དུ་གསོལ། །

gyi pa dang ni gyid tsäl gang   de yang zöd par dzäd dü söl

hay làm ra do tâm phiền não thúc đẩy, Kính xin chư vị kiên nhẫn từ niệm.

done with my deluded mind, Please be patient with all of these.

accompli avec un esprit affligé, Veuillez être patient envers tout cela.

དུས་ངན་སེམས་ཅན་བསོད་ནམས་དམན། །མ་རིག་ཉོན་མོངས་དང་འདྲེས་པ། །

dü ngen sem chän söd nam men   ma rig nyön möng dang dre pa

Tất cả các ác nghiệp tạo ra bởi chúng sinh thiếu công đức trong thời mạt pháp, trộn lẫn với phiền não si mê

Whatever done by degenerate age beings of lesser merit, mixed with ignorant delusions,

Tout les agissements des êtres des temps dégénérés, au mérite inférieur, Combiné aux afflictions mentales ignorantes,

འཕགས་པའི་ཐུགས་དགོངས་མ་རྫོགས་པ། །དེ་ཡང་བཟོད་པར་མཛད་དུ་གསོལ། །

pag päi tüg göng ma dzog pa   de yang zöd par dzäd dü söl

không thành tựu theo nguyện ước của chư vị Thánh Trí. Kính xin chư vị cũng kiên nhẫn từ niệm.

which did not fulfill the Aryas' wishes. Please be patient with these as well.

qui ne comblent pas les souhaits des Aryas. Soyez patient envers cela aussi.

སེར་སྣའི་དབང་གྱུར་མི་མཁས་པས། །མཆོད་པ་ངན་ཞིང་བཤམས་ཉེས་པ། །

ser näi wang gyür mi khä pä   chö pa ngän zhing sham nye pa

Bị chế ngự bởi bỏn sẻn, không biết hành trì, hoặc đã cúng dường đồ bất tịnh hay không biết bày biện bàn thờ,
Under influence of miserliness, lacking in skill, having made bad offerings or faulty arrangements,
Sous l'influence de l'avarice, manquant d'habileté, ayant fait de mauvaises offrandes ou des arrangements incorrects,

མགོན་པོ་ཐུགས་རྗེ་ཆེ་ལྡན་པ། །དེ་ཡང་བཟོད་པར་མཛད་དུ་གསོལ། །

gön po tug je che dän pa   de yang zöd par dzäd du söl

Ôi đấng Hộ Pháp mang đầy lòng từ bi, kính xin chư vị cũng kiên nhẫn từ niệm.
Ô Protector endowed with great compassion, please be patient with these as well.
Ô protecteurs doués de grande compassion, soyez patient envers cela aussi.

བག་མེད་སྤྱོད་པ་མ་དག་པས། །མདོ་ལས་བྱུང་བའི་ཆོ་ག་བཞིན། །

bag med chö pa ma dag pä   do le jüng wäi cho ga zhin

Vô tình vi phạm hạnh xấu bất tịnh, (và) theo nghi lễ hành trì rút từ Kinh,
Unconscientious impure behavior, (and) according to the ritual coming from Sutra,
La conduite impure et inconsidérée, (et) selon un rituel provenant d'un Soutra,

མ་ཕྱོགས་འཁྲུལ་བ་ཅི་མཆིས་པ། །དེ་ཡང་བཟོད་པར་མཛད་དུ་གསོལ། །

ma chog trül wa chi chi pa   de yang zöd par dzäd dü söl

phạm những gì bị cấm, hay sai lầm, kính xin chư vị cũng kiên nhẫn từ niệm.
whatever is forbidden or mistaken, please be patient with these as well.
tout ce qui est interdit ou erroné, s'il vous plaît, face à cela aussi, soyez patient.

ལྷག་པ་དང་ནི་ཆད་པ་དང་། །ཆོ་གའི་ཡན་ལག་ཉམས་པ་དང་། །

lhag pa dang ni chäd pa dang   cho gi yän lag nyam pa dang

Những gì hành trì dư thừa hoặc bỏ sót, hoặc hành trì sai một phần của nghi lễ,
Whatever was superfluous or left undone, degeneration in parts of the ritual,
Tout ce qui a été superflu ou inachevé, les dégénérescences partielles du rituel,

dag gi jid ngän chi chi pa   de yang zöd par dzed dü söl

Hay là những gì đệ tử đã bỏ quên, kính xin chư vị cũng kiên nhẫn từ niệm.
Or whatever it was that I have forgotten, please be patient with these as well.
Ou tout ce que j'ai pu oublier, s'il vous plaît, face à cela aussi, soyez patients.

CẦU CHƯ PHẬT TRỞ LẠI – REQUESTING TO RETURN – REQUÊTE DE REVENIR

kye kyi sem chän dön kün dzöd   je sü tün pi ngö drüb tsöl

Chư vị ban cho chúng sinh thành tựu các mục đích, ban truyền chánh pháp đạt quả,
You enacted all aims of sentient beings, and bestow appropriate attainments,
Vous avez comblé tous les buts des êtres et vous avez accordé les réalisations appropriées,

sang gyä yül düg sheg ne kyang   lar yang yön par dzed du söl

Mặc dù chư vị trở về Phật quốc, kính xin trở lại mai sau.
Although you depart to the Buddha land, please return again later.
Bien que vous quittez pour les Terres Pures des Bouddhas, veuillez revenir plus tard.

KỆ NGUYỆN CÁT TƯỜNG - AUSPICIOUS VERSES – PRIÈRE DE BON AUGURE

Pün sum tsog pa nga wa ser gyi ri wo dra

Như ngọn núi Kim Sơn, trang nghiêm toàn hảo,
Like a golden mountain, possessing all perfections,
Comme une montagne d'or, possédant toutes les perfections,

འཇིག་རྟེན་གསུམ་གྱི་མགོན་པོ་དྲི་མ་གསུམ་སྤངས་པ། །

Jig ten sum gyi gön po dri ma sum pang pa
Vị chúa tể của 3 cõi, đã diệt trừ 3 phiền trược,
Lord of the 3 worlds, having abandoned the 3 defilements,
le Seigneur des 3 mondes, ayant abandonné les 3 impuretés,

སངས་རྒྱས་པདྨ་འདབ་མ་རྒྱས་འདྲའི་སྤྱན་མངའ་བ། །

Sang gyä päma dab ma gyä dri chän nga wa
Vị Phật trang nghiêm với đôi mắt như nụ sen nở,
Buddha, endowed with eyes like a blooming lotus,
Bouddha, doué des yeux comme un lotus fleurissant,

འདི་ནི་འཇིག་རྟེན་དགེ་བའི་བཀྲ་ཤིས་དང་པོ་འོ། །

Di ni jik ten ge wi tra shi dang po wo
Là điểm thứ nhất của phúc lạc thế gian.
This is the first of the world's good fortunes.
C'est la première des bonheurs du monde.

དེ་ཡིས་ཉེ་བར་བསྟེན་པའི་མཆོག་རབ་མི་གཡོ་བ། །

De yi nye war ten päi chog rab mi yo wa
Là nơi nương dựa toàn hảo, tối thượng, kiên định,
His thoroughly reliable, supreme, unwavering,
Totalement digne de confiance, suprême, ferme,

འཇིག་རྟེན་གསུམ་ན་གྲགས་ཤིང་ལྷ་དང་མིས་མཆོད་པ། །

Jig ten sum na dra shing lha dang mi chö pa
Hồng danh vang trên 3 cõi, chư thiên nhân sùng kính,
Renowned in the 3 worlds, revered by gods and men,
Renommé dans les 3 mondes, vénéré par les dieux et les humains,

ཆོས་ཀྱི་དམ་པ་སྐྱེ་དགུ་རྣམས་ལ་ཞི་བྱེད་པ། །

Chö gyi dam pa kye gu nam la shi je pa
Giáo lý tối thượng, an hòa chúng sinh,
Best of Teachings, pacifier of people,
Le Meilleur Enseignement, pacificateur pour les gens,

འདི་ནི་འཇིག་རྟེན་དགེ་བའི་བཀྲ་ཤིས་གཉིས་པའོ། །

Di ni jig ten ge wäi tra shi nyi pa wo
Là điểm thứ hai của phúc lạc thế gian.
This is the second of the world's good fortunes.
C'est la deuxième des bonheurs du monde.

དགེ་འདུན་དམ་པ་ཆོས་ལྡན་ཐོས་པའི་བཀྲ་ཤིས་ཕྱུག །

Gen dün dam pa chö dän tö päi tra shi chug
Tăng già thánh trí, giữ trọn Phật Pháp, tu học rộng lớn,
The holy Sangha, gifted with Dharma, rich in study,
Le Sangha sacré, doué de Dharma, vaste en étude,

མི་དང་ལྷ་དང་ལྷ་མ་ཡིན་གྱི་མཆོད་པའི་གནས། །

Mi dang lha dang lha ma yin gyi chö päi nä
là đối tượng sùng kính của chư nhân thiên và a-tu-la,
object of reverence for men and gods and demi-gods,
l'objet de révérence pour les humains, les dieux et les asuras,

ཚོགས་ཀྱི་མཆོག་རབ་ངོ་ཚ་ཤེས་དང་དཔལ་གྱི་གཞི། །

Tsog kyi chog rab ngo tsa she dang päl gyi zhi
Tăng chúng tối thượng, là nền tảng khiêm cung, và vinh quang,
Supreme assembly, foundation of modesty and glory,
L'assemblée suprême, fondation de la modestie et la gloire,

འདི་ནི་འཇིག་རྟེན་དགེ་བའི་བཀྲ་ཤིས་གསུམ་པའོ། །

Di ni jig ten ge wäi tra shi sum pa wo
Là điểm thứ ba của phúc lạc thế gian.
This is the third of the world's good fortunes.
C'est la troisième des bonheurs du monde.

Cách đọc âm Tây Tạng

Bảng chỉ dẫn cách đọc âm Tây Tạng sau đây không nhằm mục đích mô phỏng chính xác âm Tây Tạng sang chữ viết la mã. Nó chỉ được nhằm mục đích đơn thuần để giúp đỡ người đọc phát âm và trì tụng kinh theo chữ Tây Tạng. Những thí dụ sau đây sẽ giúp cho người đọc dễ phát âm hơn.

Phonetic equivalences used

The method of phonetic transcription used in this text does not reproduce identically the Tibetan script in a roman alphabet. It is to be used as a guide to assist a non Tibetan person in reading and reciting. Here are some exemples.

Équivalences phonétiques utilisées

Le système de transcription phonétique utilisé dans ce texte ne vise pas à reproduire identiquement la langue tibétaine en caractères romains mais plutôt à faciliter la lecture et la prononciation d'un non-tibétain. Voici des exemples.

ཀ	ka	ཐ	ta
ཁ	ka	ད	da
ག	ga	ན	na
ང	nga	པ	pa
ཅ	cha	ཕ	pa
ཆ	cha	བ	ba
ཇ	ja	མ	ma
ཉ	nya	ཙ	tsa
ཏ	ta	ཚ	tsa

ཛ་	dza	གྱ་ཁྱ་	kya
ཝ་	wa	གྱ་	gya
ཞ་	zha	ཀྱ་ཕྱ་	cha
ཟ་	za	བྱ་	ja
འ་	a	ཀྲ་ཁྲ་པྲ་ཕྲ་ཏྲ་ཋྲ་	tra
ཡ་	ya	གྲ་དྲ་	dra
ར་	ra		
ལ་	la		
ཤ་	sha		
ས་	sa		
ཧ་	ha		
ཨ་	ah		

ི	i
ེ	è
ུ	ü
ོ	o

Hồi Hướng

Nguyện Bồ Đề Tâm trân quý,
Phát sinh tăng trưởng nơi chưa có,
Thêm kiên cố ở nơi đã phát sinh,
Và mãi mãi tăng trưởng viên mãn.

Nguyện đem công đức này,
Hướng về khắp tất cả,
Đệ tử và chúng sinh,
Đều trọn thành Phật đạo

Dedication

May the supreme jewel mind of bodhicitta,
That has not arisen, arise and grow,
And may that which has arisen not diminish,
But increase more and more

May all the merits accumulated,
Be dedicated to all,
Myself and sentient beings, so as to,
Realising the perfect attainment of Buddhahood.

Dédication

Puisse l'esprit de la bodhicitta, ce joyau suprême,
Se cultiver et s'accroitre là ou il n'est pas encore manifesté,
Et puisse ce qui s'est développé ne pas diminuer,
Mais s'accroitre encore et encore.

Puissent ces mérites accumulés,
Être dédiés à tous,
Moi-même et les êtres sentants,
Afin de se réaliser l'Éveil Parfait et Suprême.